बियॉन्ड सिनेमा बिहाईन्ड सिनेमा

उमेश देवकर

समर्पित

.

स्वतःच्या स्वप्नांवरती विश्वास ठेवत..

उपाशी-तापाशी झगडत..

आयुष्याशी संघर्ष करत..

ध्येयाची वाट समर्थपणे चालणाऱ्या..

आणि

चित्रपट इंडस्ट्रीत स्ट्रगल करणाऱ्या..

.

पडद्यावरच्या आणि पडद्यामागच्या..

प्रत्येक ताऱ्यांस..

.

आदर आणि अभिमानपूर्वक समर्पित.

अनुक्रमणिका

अनुक्रमणिका

अनुक्रमणिका

अनुक्रमणिका

विशेष समर्पित

माझे आई-वडील, कुटुंबीय आणि सच्चे मित्र-मैत्रिणी
ज्यांनी माझ्या बॅड-पॅच आणि स्ट्रगलच्या दिवसातही
माझी साथ सोडली नाही आणि माझ्यावरती विश्वास दाखवला.

उमेश उत्तम देवकर

चित्रपट इंडस्ट्रीत स्ट्रगल करणाऱ्या प्रत्येकासाठी.
अनाकलनीय, गूढ रहस्यांची मोहमयी आवृत्ती.
चित्रपट क्षेत्रातील यशस्वितेमागचे आश्चर्यकारी रहस्यभेद.

एक महान कलाकृती.

रहस्यकारी, विस्मयकारी खुलासे जे तुमचं चित्रपट सामर्थ्य
वाढवतील.

विशेष सूचना

मनोगत (प्रथमावृत्ती)

हे पुस्तक लिहीत असताना असंख्य विचार मनात येत आहेत. खरं म्हणजे हे पुस्तक उत्कृष्ट होईल, याबद्दल मनात अजिबात शंका नाही. पण नेमकं हे पुस्तक कुणासाठी लिहायचं आणि यामध्ये काय लिहायचं? हा प्रश्न होताच. एकतर सिनेमा विषयी या आधी असंख्य पुस्तकं लिहिली असतील या जगात आणि इथून पुढे लिहिली ही जातील, पण मला मात्र या पुस्तकात सिनेमा विषयी भन्नाट लिहायचंय, अगदी वेगळं. या आधी कुणी लिहलं नाही असं..!!

अशी काही गुपितं आणि खास संकल्पना यामध्ये मांडायच्या आहेत, की ज्या चित्रपट इंडस्ट्रीत चित्रपट निर्मात्यांना, दिग्दर्शकांना, आणि अभिनेत्यांना कुठल्या कुठे घेऊन जातील. खास करून नवोदित लोकांना याचा खूप फायदा होईल. म्हणजे हे पुस्तक या लोकांसाठी आहे तर..? नाही असं अजिबात नाही.

नवोदितांना समोर ठेवून जरी हे पुस्तक लिहलं असलं तरी याचा मूळ उद्देश काही वेगळाच आहे. जगात सर्वात महत्त्वाचा माणूस म्हणजे प्रेक्षक. कमीत कमी या इंडस्ट्रीसाठी तरी. मला वाटतं प्रेक्षकच खरा समीक्षक असतो, नायक असतो आणि दिग्दर्शक असतो. निर्मात्यापेक्षा तोच सिनेमावर जास्त बोलतो देखील. हा एकच प्राणी असा असतो की जो एका शब्दात चित्रपटाची व्याख्या करतो, ती म्हणजे हिट किंवा फ्लॉप. मला या पुस्तकातून असं सांगायचं आहे की , एवढं सगळं करणारा हा माणूस(प्रेक्षक) मग निर्मिती किंवा दिग्दर्शनापासून वेगळा का..?

खरं तर कुठलाही अभिनेता, दिग्दर्शक, निर्माता हा स्वतः एक प्रेक्षकच असतो आणि तो त्यांच्यातल्याच असतो तोपर्यंत, जोपर्यंत तो हे

आवरण स्वतःवर चढवून घेत नाही. खरं म्हणजे तो आधी खरी समीक्षा करत असतो. जोपर्यंत तो प्रेक्षक या संकल्पनेपर्यंत मर्यादित असतो, तोपर्यंत तो चित्रपटात काय कमी आहे, काय जास्त आहे, चित्रपट कसा असायला हवा होता, इ. गोष्टींची अस्सल समीक्षा करत असतो. पण नंतर मात्र निर्माता, दिग्दर्शक किंवा अभिनेता यापैकी एखादं आवरण त्यानं घातलं की मात्र त्यातला प्रेक्षक झोपायला लागतो. आणि खरं म्हणजे इथंच सगळं गणित बिघडतं आणि मग प्रेक्षकांना काय हवं होतं, हे त्याला कळणं बंद होतं. पण म्हणून मग प्रत्येकवेळी प्रेक्षकांना समोर ठेवून सिनेमा बनवायचा का? आमच्या आतल्या अभिव्यक्तीचं, क्रिएटीव्हीटीचं काय? गोंधळ करून घेऊ नका..!!

याच्याचसाठी तर हा सगळा प्रपंच चाललाय. नेमका सिनेमा कसा असावा, कसा बनवावा, यासह अनेक क्लृप्ती आणि संकल्पनांचा उहापोह या पुस्तकात केला गेलाय. आणि फक्त जुने जाणते आणि अनुभवीच नव्हे तर तुमच्या माझ्या सारखे प्रेक्षकही एखादा सिनेमा काढून आपल्या भावना, संकल्पना लोकांपर्यंत पोहचवू शकतात, हे सांगण्याचा प्रयत्न केलाय.

थोडक्यात काय, हे पुस्तक आहे... सिनेमा विषयी, सिनेमा बघणाऱ्यांसाठी, सिनेमा निर्माण करणाऱ्यांसाठी आणि सिनेमा निर्माण करावा असं वाटणाऱ्यांसाठी..!!

उमेश देवकर
फिल्म मेकर

दुसऱ्या आवृत्तीच्या निमित्ताने..

एखादा सिनेमा सुपर डुपर हिट व्हावा, त्या पेक्षाही जास्त आनंद होतोय आज. इतकं जास्त प्रेम मिळालं आहे या पुस्तकाला. काही हजारापेक्षा जास्त प्रती लोकांच्या पर्यंत पोहोचल्या आहेत आजपर्यंत. ज्यावेळी प्रथम आवृत्ती प्रकाशित झाली त्यावेळी पुस्तक लोकांना आवडेल, हा आत्मविश्वास होता, पण इतका जास्त रिस्पॉन्स भेटेल असं अजिबात वाटलं नव्हतं.

महाराष्ट्र भरातून आजपर्यंत शेकडो फोन आले, प्रतिक्रिया आल्या, लोकांनी फेसबुक पोस्ट लिहिल्या. अनेकांनी प्रत्यक्ष भेटून या पुस्तकासाठी कौतुक केलं, आभार मानले. पण अनेकांना पुस्तक हवं असून ही त्यांना ते उपलब्ध झालं नाही, ही खंत होती. आणि त्यातूनच दुसऱ्या आवृत्तीची संकल्पना आली, आणि सर्वदूर पोहचवण्याचा निर्णय झाला.

एखाद्या पुस्तकामुळे अनेकांची आयुष्य बदलतात. त्यांच्या जीवनाची दिशा बदलते असा अनुभव आपण अनेक पुस्तकांच्या बाबतीत घेतलाय. त्याच पद्धतीनं चित्रपट इंडस्ट्रीत झटणाऱ्या, स्ट्रगल करणाऱ्या आणि अनेक वर्षांपासून काम करणाऱ्या प्रत्येकालाच एक वेगळी दिशा मिळावी, त्यांचं चित्रपट सामर्थ्य वाढावं या अपेक्षेनेच हे पुस्तक आपल्यापुढं पुन्हा एकदा प्रस्तुत करतोय.

आधीच्या आवृत्तीत विशेष बदल न करता पूर्वीप्रमाणेच हे पुस्तक छापण्याचं प्रयत्न केलाय. अनेकांनी यामध्ये बदल न करता पूर्वीचच पुस्तक नव्याने छापण्याचा आग्रह धरला. त्यांचं प्रेम आणि त्यांच्या दृष्टीने असलेलं पुस्तकाचं महत्त्व आणि त्यांना आलेला अनुभव आणि झालेला फायदा पाहता, तो तसाच इतरांनाही व्हावा या हेतूने मूळ प्रत

पूर्वी प्रमाणेच छापण्याचा निर्णय घेतला. पुस्तकाचं कव्हर आणि बांधणी यामध्ये आकर्षक पद्धतीने बदल करत आतला मजकूरही अधिक आकर्षकरित्या छापण्यात आला आहे.

पूर्वीप्रमाणेच ही आवृत्तीही आपणाला आवडेल आणि पूर्वीइतकंच प्रेम याही आवृत्तीला मिळेल, अशी आशा करतो. आणि आपल्या जवळच्या, चित्रपट इंडस्ट्रीत काम करणाऱ्या, स्ट्रगल करणाऱ्या प्रत्येकापर्यंत हे पुस्तक आपण पोहोचवण्यासाठी आपणाला विनंती करतो. काय माहित तुमच्या या प्रयत्नांमुळे त्यांना नवीन दिशा मिळेल, त्यांचं चित्रपट सामर्थ्य वाढेल.

धन्यवाद..!!

उमेश देवकर
फिल्म मेकर

नांदी, प्रस्तावना

आपण केलेल्या प्रयत्नांमुळे किंवा एखाद्या गोष्टीमुळे इतरांना फायदा होतो, हे बघून आपणाला खूप आनंद होतो. ही गोष्ट आपणाला खूप सुखावणारी असते. आपल्याकडे असणाऱ्या ज्ञानाचा, माहितीचा अनुभवाचा फायदा इतरांना होणं हे गरजेचं आहे. आणि तसा तो होताना पाहून आयुष्याचं थोडंसं तरी सार्थक झाल्याचा अनुभव येतो.

गेल्या सात वर्षांत हा अनुभव खूप वेळा घेतला. अगदी सहज लिहलेल्या आणि प्रकाशित केलेल्या या पुस्तकानं अनेकांच्या मनावर गारूड घातलं. त्यांचा सिनेमाकडं आणि सिनेमा इंडस्ट्रीकडं बघण्याचा दृष्टिकोन बदलला. त्यांना नवी दिशा मिळाली, दृष्टी मिळाली. त्यांचं चित्रपट सामर्थ्य वाढवलं. आणि एकूणच चुकणाऱ्या वाटेवर आंधळेपणानं चालण्यापासून सावरण्यात थोडीफार तरी मदत झाली.

अनेकांनी प्रत्यक्ष भेटून, आणि इतर अनेक मार्गांनी पुस्तकाचं कौतुक केलं, आभार मानले. पण हे करत असताना त्यांच्यातला उत्साह, त्यांचा वाढलेला कॉन्फिडंस आणि नजरेतली आश्वासकता बरंच काही सांगत होती. आणि माझ्यासाठी ती खूप जास्त महत्त्वाची होती आणि आहे.

आपण केलेल्या कष्टाचं मिळालेलं ते पारितोषिक आहे. आपल्यामुळे कितीतरी जणांच्या प्रवासात थोडीफार सुलभता येऊन, त्यांना निश्चित दिशा मिळतेय आणि त्यांच्या स्वप्नांना थोडाफार हातभार लागतोय, हे पाहून मन भरून येतंय. खूप जास्त छान वाटतंय.

आपणा सर्वांना आपल्या या चित्रपट प्रवासात नक्की यश लाभो, अशी मी प्रार्थना करतो आणि आपणही आपल्याला मिळालेल्या ज्ञानाचा

इतरांसाठी उपयोग कराल, त्यांना त्यांच्या चित्रपट आणि एकूणच जीवन प्रवासात पुढे जाण्यासाठी नक्की मदत कराल, अशी आशा करतो. धन्यवाद..!!

उमेश देवकर
फिल्म मेकर

प्रस्तावना

चित्रपट इंडस्ट्रीतला स्ट्रगल अनेकांना माहित आहे. खूप जणांनी तो अनुभवलाय, भोगलाय. मी स्वतःही याचा साक्षीदार आहे. या इंडस्ट्रीत काम करण्यासाठी एक निश्चित दिशा असणं खूप गरजेचं आहे. आणि त्यासाठी अनेक संकल्पना आपणाला माहित असणं हे ही गरजेचं आहे.

एखादा पोलीस आणि बहुरूपी यांच्या दोघांचं ड्रेसिंग, कॉस्च्युम जरी एक असलं तरी त्यातला पोलीस कोण आणि बहुरूपी कोण, हे तुम्ही काही क्षणात ओळखू शकाल. ते कशावरून..? तर त्या पोलिसाच्या आतमध्ये जे नेमकं काय असतं, त्या वरून. त्याचा आत्माच जणू पोलिसा सारखा घडलेला असतो, कि जो बहुरुप्यात नसतो, असूच शकत नाही. हे आतमध्ये जे नेमकं काय असतं ते खूप महत्त्वाचं आहे.

चित्रपट इंडस्ट्रीतही असच आहे. तुम्ही निर्माता, दिग्दर्शक किंवा ॲक्टर किंवा अन्य काही म्हणून जरी काम करत असला तरी ते मटेरियल तुमच्या आतमध्ये तयार होणं खूप गरजेचं आहे. त्यासाठी किमान त्या संकल्पना, त्या टर्मस्, त्याबद्दलची इन्फर्मेशन तुम्हाला माहित असणं गरजेचं असतं. आणि यशस्वी व्हायचं असेल तर, त्यापेक्षा जास्त महत्त्वाचं असतं त्यातल्या खाचा-खुणा, त्या गोष्टींमागचं लॉजिक आणि त्यांच्याकडे बघण्याची एक वेगळी दृष्टी. जी इतरांकडे नसेल, आणि असेल फक्त तुमच्याकडे.

'बियॉन्ड सिनेमा, बिहाईन्ड सिनेमा' हा असाच एक अविष्कार आहे, कि जो तुमचं चित्रपट सामर्थ्य तर वाढवेलच पण तुम्ही यशस्वी होण्यासाठी एक वेगळी निश्चित दिशा प्रदान करेल, कि जी इतरांपेक्षा वेगळी असेल. पहिल्या आवृत्तीच्या निमित्ताने अनेक लोकांनी या गोष्टीचा अनुभव घेतलाय, असं अनेकांचं म्हणणं आहे. तुम्ही ही एक्स्पिरिअन्स करून बघा आणि आपलं चित्रपट सामर्थ्य वाढवा.

यामध्ये तुम्हाला अनाकलणीय, गूढ अशा अनेक गोष्टींची माहिती मिळेल, कि ज्या या आधी तुम्हाला ठाऊक नव्हत्या. चित्रपट इंडस्ट्रीतील यशस्वितेमागचे अनेक आश्चर्यकारी रहस्यभेद आणि खुलासे या पुस्तकात केले आहेत, आणि ते ही कुठलाही फाफटपसारा न करता, अगदी थोडक्यात. तुम्ही या इंडस्ट्रीत काम करत असाल, स्ट्रगल करत असाल अथवा यशस्वी असाल, तुमच्या संग्रही हे पुस्तक असलच पाहिजे. अनेकांच्याकडे ऑल रेडी आहेच. आपल्या जवळचं किंवा ज्यांना तुम्ही ओळखता असं कुणी चित्रपट इंडस्ट्रीत काम करत असेल, तर त्यांच्यापर्यंत हे पुस्तक नक्की पोहचवा किंवा त्यांना सुचवा आणि त्यांच्या चित्रपट प्रवासात त्याना बहुमोल अशी मदत करा.

धन्यवाद..!!

उमेश देवकर
फिल्म मेकर

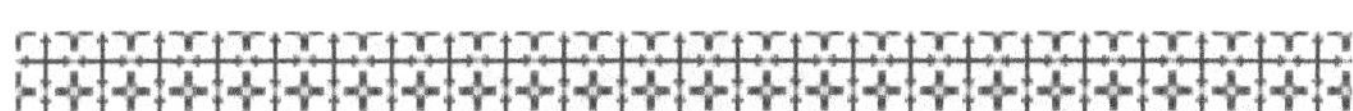

लख लख चंदेरी तेजाची न्यारी दुनिया
झळाळती कोटी ज्योती या, हा हा !

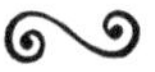

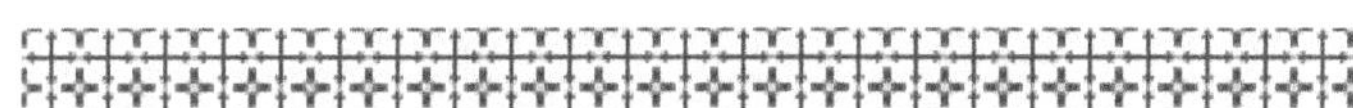

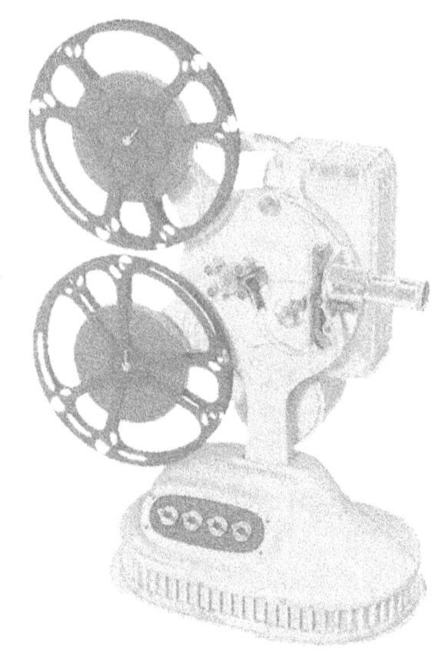

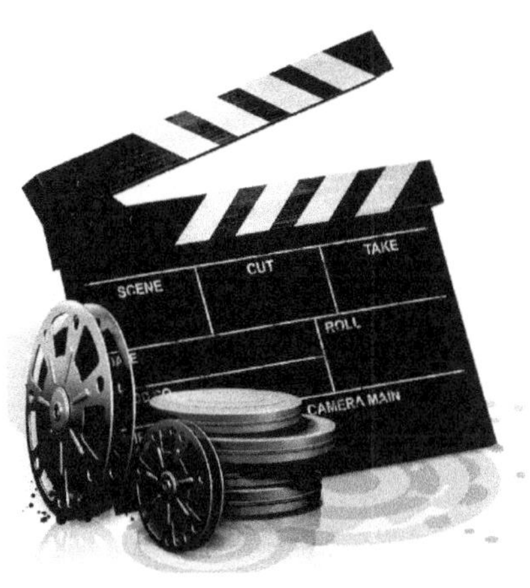

सिनेमा विषयी लोकांचा दृष्टिकोनही तितकासा चांगला आहे, असं नाही. मुळात या फिल्डकडे एका विशिष्ट नजरेनं लोक पाहतात आणि त्याचं मूल्यांकनही चुकीच्या पद्धतीनं करताहेत. सर्वात प्रथम लोकांच्या या माध्यमा विषयीच्या दृष्टिकोनात पॉझिटीव्ह बदल होणं आणि करमणूक किंवा टाईमपास याच्या पुढं जाऊन एक कलाकृती म्हणून पहायला लावणं, हे गरजेचं आहे.

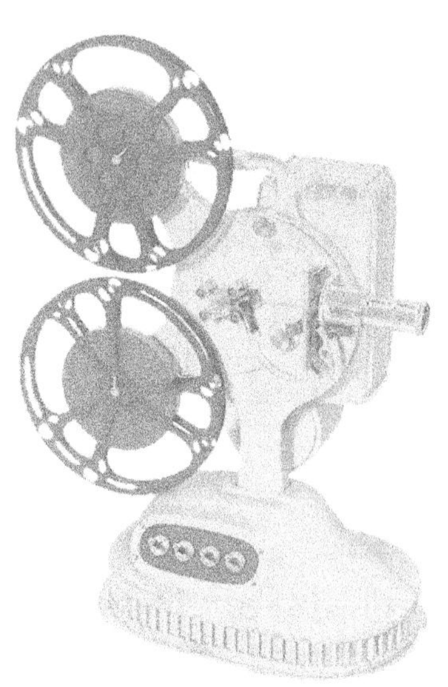

१

सिनेमा हा सिनेमा असतो.

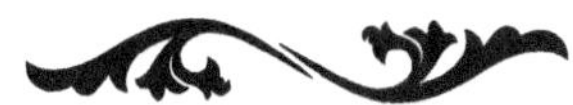

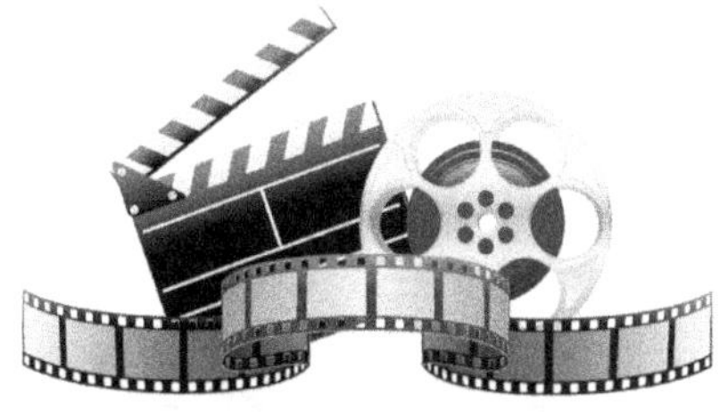

एखाद्या सिनेमा विषयी असंख्य मतं असू शकतात. जशी ती 'सिनेमा' या विषया संबंधितही असतात. इथे मी सिनेमा चांगला किंवा वाईट या भानगडीत मुळीच पडत नाही किंवा दुसऱ्या शब्दात 'हिट' किंवा 'फ्लॉप' यावरही मला बोलायचं नाही. कारण मुळात असं काही नसतं. कारण कोणता सिनेमा निर्माता असं म्हणेल की मला वाईटातला वाईट किंवा सुपर डुपर फ्लॉप सिनेमा बनवायचा आहे. बनता बनता एखादी गोष्ट चांगली बनत नाही म्हणून कदाचित ती बहुसंख्य प्रेक्षकांना आवडत नाही आणि मग सिनेमा वाईट होता किंवा फ्लॉप झाला असं

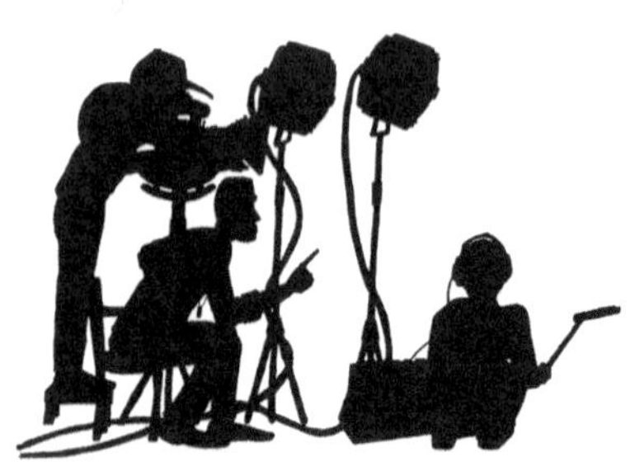

म्हणता येईल. पण मुळात तो तसा बनवायचाच नव्हता.

खरं म्हणजे सिनेमा म्हणजे एखादी रेसिपी बनवण्यासारखं आहे. अनेक पदार्थ विशिष्ट प्रमाणात एकत्र करून त्यावर काही काळ प्रोसेस करून मग एखादा चमचमीत पदार्थ तयार होतो, अगदी तसं. पण बऱ्याचवेळा सरावलेल्या हातांकडून सुद्धा काहीतरी कमीजास्त होतंच नाही का..?

सिनेमाचं तरी काय हो.. एक कथा, मग पटकथा, त्यावर संवाद, मग कलाकार, तंत्रज्ञ, प्रत्यक्ष शूट, मग संकलन, त्याबरोबर म्युझिक, गाणी, इ. हजारो गोष्टी एकत्र करून त्यावर योग्यवेळी योग्य ती प्रोसेस करून मग तयार होतो सिनेमा. बरं, एवढं करून ही रेसिपी योग्य वेळी, योग्य लोकांपर्यंत पोहचली पाहिजे ना...? जसं कि एखादा नॉनव्हेज पदार्थ तयार केला आणि तो व्हेजिटेरिअन फॅमिलीला सर्व्ह केला तर चालणार नाही आणि बरं तो नॉनव्हेज आवडणाऱ्यांना सर्व्ह केला पण त्यांना अजिबात भूक नाहीये, मग..? सिनेमाचं गणित पण असंच असतंय मित्रांनो. कितीतरी सिनेमे अतिशय दर्जेदार असून देखील फ्लॉप होतातच की..! याचा अर्थ ते चांगले नव्हते असं अजिबात नाही.

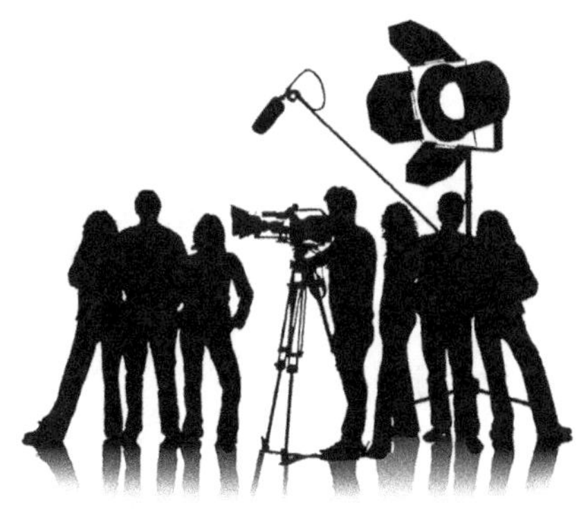

मित्रांनो, सिनेमा हा सिनेमा असतो. तो चांगला, वाईट, हिट, फ्लॉप असं काही नसतं. बनवणाऱ्यानं तो खूप बुद्धीनं, क्रिएटीव्हीटीनं बनवलेला असतो आणि तसाच तो बनवला देखील पाहिजे. कधी कधी नाही प्रेक्षकांना आवडत, कधी टायमिंग देखील चुकतं. म्हणून बनवणाऱ्यांनी निराश नसतं व्हायचं आणि बघणाऱ्यांनीही नाकं मुरडायची नसतात. त्या त्यावेळी पूरक परिस्थितीनुसार तयार झालेली ती एक कलाकृती असते. जेव्हा आपण सिनेमाला कलाकृती संबोधतो तेव्हा ती ही उच्च बनते आणि संबोधणारेही उच्च बनतात.

खरं तर सिनेमाविषयी दृष्टिकोन बदलण्याची हीच योग्य वेळ असते. कारण सिनेमा हा एखाद्याच्या मनातल्या भावना, अंतरंग सादर करण्यासाठी तयार केलेला असतो, कधी एखादया व्यक्तीचा पूर्ण जीवनपट रेखाटण्याचा तो प्रयत्न असतो. कधी समाजाला एका विशिष्ट दिशेनं नेण्याचा तो प्रयत्न असतो. कधी खूप रडवण्याचा, कधी खूप हसवण्याचा आणि कधी कधी प्रेक्षकांसह निर्माता-दिग्दर्शकांपर्यंत निव्वळ करमणुकीचा आणि उदरनिर्वाहाचा भाग असतो. शेवटी सिनेमा फक्त सिनेमा असतो.

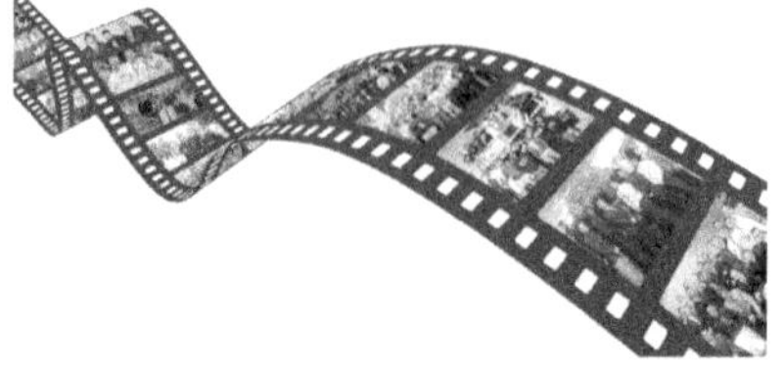

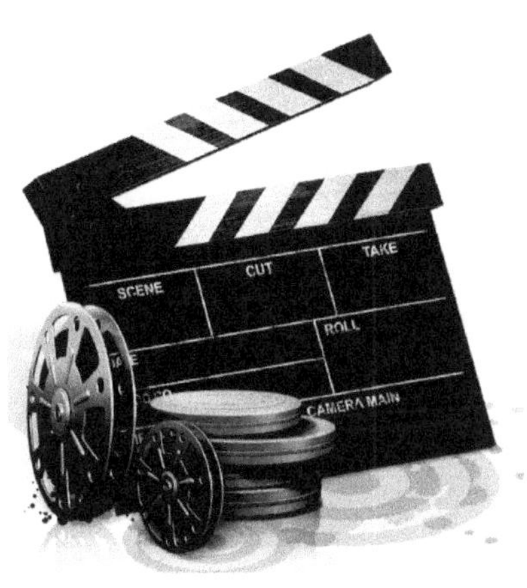

खरं म्हणजे आधी आपण... चित्रपट ही संकल्पना समजून घ्यायला हवी. प्रत्येक मनाचं व्यक्त होण्याचं काही ना काही साधन असतं. चित्रपट ही तसंच काहीतरी आहे. तुमच्या आतमध्ये दडलेल्या जाणिवेचं ते प्रकट होण्याचं एक साधन आणि व्यासपीठच जणू. आणि म्हणून प्रेक्षकांच्या मनाचा कप्पा उलघडायला लावणारी निर्मिती खूप परिणामकारक ठरते.

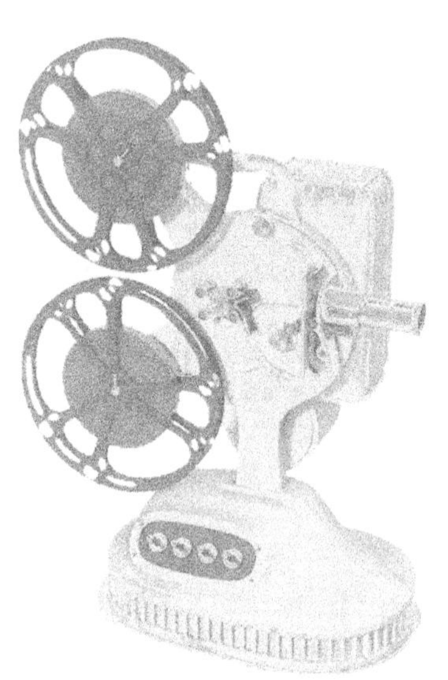

2

सिनेमा हा प्रेक्षकांचा असतो.

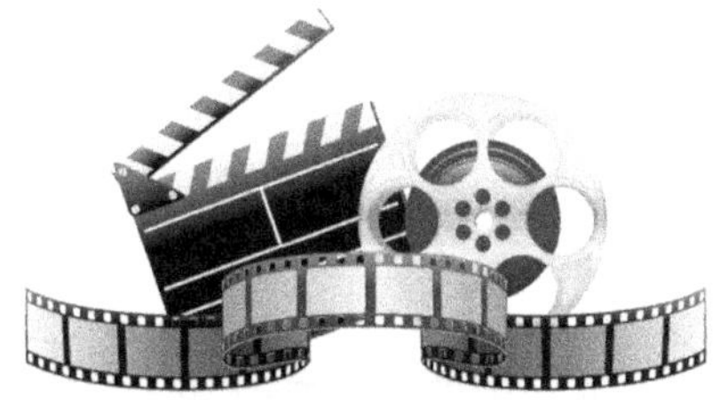

सिनेमा हा प्रेक्षकांच्यासाठी बनविलेला असतो, असं मला म्हणायचं नाहीये. कारण तत्वतः ते पूर्ण सत्य असतंच असं नाही. कारण कधी कधी व्यावसायिक गणित किंवा अंतर्हट्टासाठी सुद्धा एखाद्या विषयाची, चित्रपटाची निर्मिती असू शकते. त्यात गैर काही नाही. पण मला काही वेगळंच म्हणायचं आहे.

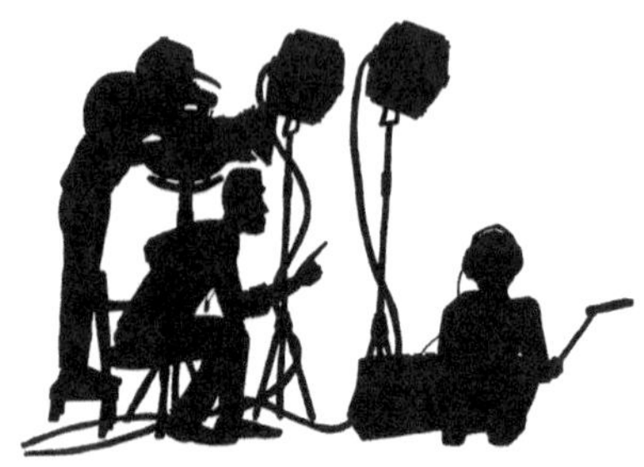

सिनेमा हा प्रेक्षकांचा असतो. म्हणजे बहुतांश प्रेक्षक स्वतःला त्या सिनेमात शोधत असतात किंवा एखाद्या व्यक्तिरेखेत स्वतःला पाहत असतात आणि स्वतःच्याच जीवनाची कहाणी किंवा स्वतःच्याच जीवनावरील कहाणीवर काढलेला सिनेमा आहे असं मानतात, वर्तन करतात. हि माणसाची उपजत क्रिया आहे.पडद्यावर चालू असलेल्या एखाद्या व्यक्तिरेखेत स्वतःला पाहणं किंवा त्या व्यक्तिरेखेशी स्वतःला जोडणं हा स्वाभाविकते बरोबर सायकॉलॉजिकल मॅटर आहे. याची काही गणितं आहेत.

मुळतःच माणसाच्या आयुष्यात खूप इच्छा असतात. त्यातही कधी कधी पुन्या न झालेल्या खूपशा सुप्त इच्छा देखील असतात. त्या पुन्या करण्याची, ती हौस भागवण्याची त्यांची खूप मनोकामना असते. पण प्रत्यक्षात त्याला ते शक्य नसतं आणि त्याची ही तृष्णा चित्रपट पुरी करत असतो.

एखादा माणूस आयुष्यात खूप कष्ट करत असतो. तो पिचलेला असतो आणि त्याला खूप मोठं व्हायचं असतं. अशावेळी यासदृश्य चित्रपटातील एखादी व्यक्तिरेखा खूप कष्ट करत असेल आणि त्यातून खूप मोठी होत असेल तर त्यामध्ये तो स्वतःला पाहतो. त्यावेळी ती कहाणी स्वतःचीच आहे असं त्याला वाटायला लागतं आणि मग

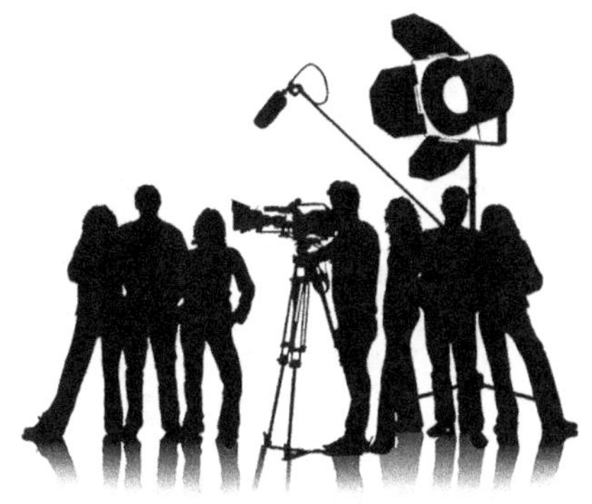

आलिशान गाडी चालवण्यापासून ऐटदार घरापर्यंत आणि कॅमेरांच्या झगमगाटापासून ते कमरेभोवती हात घालून रेलून उभी राहिलेल्या प्रेयसीपर्यंत, सर्व इच्छा, तृष्णा तो चित्रपटाच्या माध्यमातून शमवून घेतो.

.

त्याला तो चित्रपट आपला वाटतो. खूप जवळचा वाटतो. स्वतःचा वाटतो. खूप आवडतो. आणि हे प्रत्येक कॅरेक्टरच्या बाबतीत घडतं. कुणाला हिरो आवडतो, कुणाला हिरॉईन. कुणाला पोलीस इन्स्पेक्टर जवळचा वाटतो तर कुणी व्हिलनमध्ये स्वतःला पाहतो. सगळ्यांच्या सुप्त इच्छा शमवण्याचा हा प्रयत्न असतो.

.

हीच नस जर निर्माता, दिग्दर्शकांना सापडली तर तो प्रत्येक सिनेमा हिट आहे/ होईल जो प्रेक्षकांच्या सुप्त इच्छा जागवेल, शमवेल आणि फक्त हिट नाही तर सुपर डुपर हिट होईल.

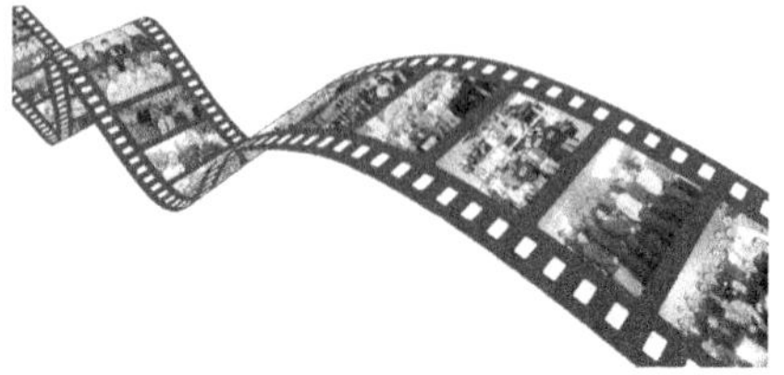

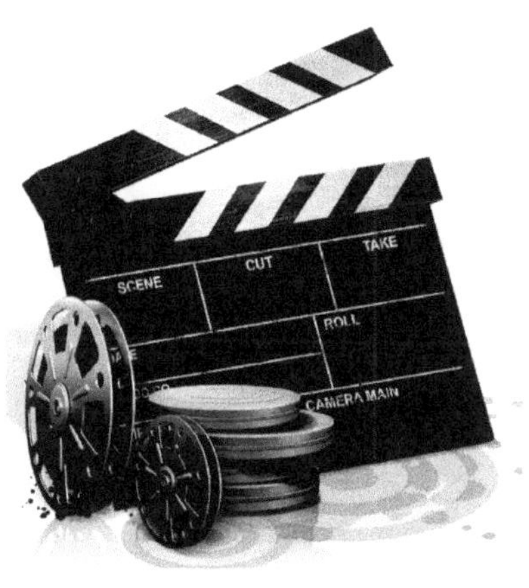

अनेकवेळा ताकतवान कथानकावर आधारलेले सिनेमे ही फ्लॉप होतात आणि सुमार कथेवरचे सुपरहिट होतात. कारण यामागे एक अदृश्य आणि गोड कारण लपलेलं असतं आणि ते नाही समजलं तर सगळं काही देऊनही लोकांना न आवडणारा सिनेमा तयार होतो.

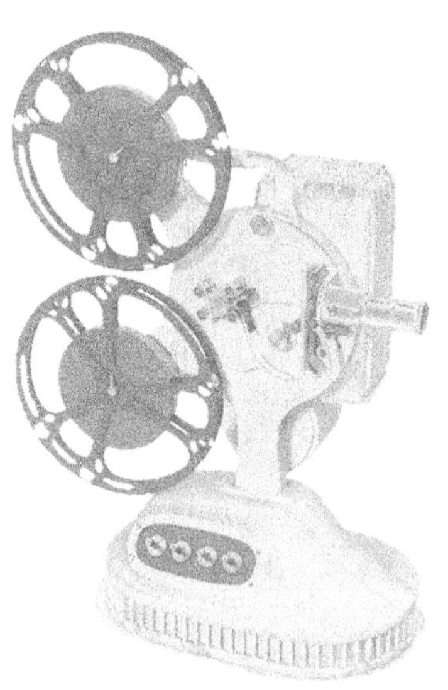

3

सेल्फ टू पब्लिक

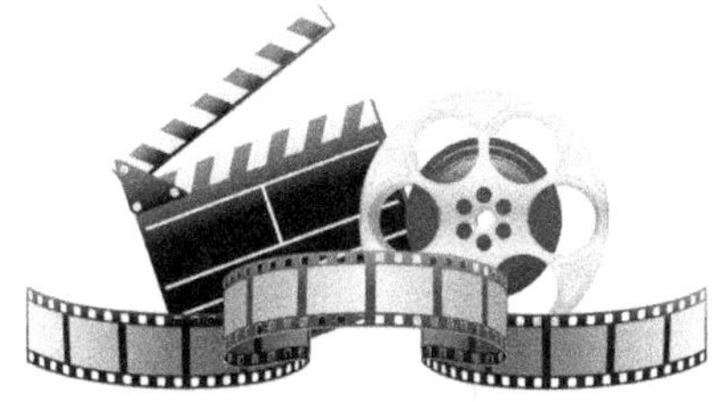

सिनेमा बनवत असताना सगळ्यात महत्त्वाचं जर काही असेल तर त्याचं कथानक. निश्चितच खूप महत्त्वाची बाब आहे ही. स्टोरी हाच सिनेमाचा मुख्य पाया. मग त्याच्यावर खूप मोठा डोलारा उभा करता येतो. जेवढी सशक्त स्टोरी तेवढी यशाची खात्री जास्त.

पण याचाही अर्थ असा होत नाही कि जे सगळे सिनेमे हिट किंवा सुपरहिट झाले ते सगळेच उत्तम कथानकावर आधारलेलेच होते. कधी कधी एखाद्या सुमार कथानकावर आधारलेले किंवा अशी एखादी नाविन्य नसलेली कहाणी घेऊनही अनेक सिनेमांनी प्रचंड यश

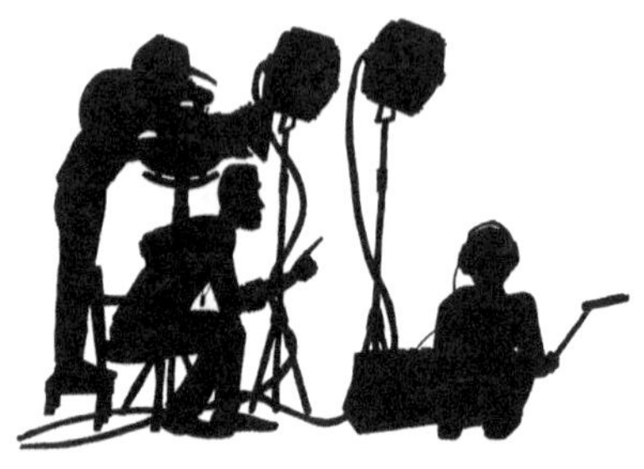

मिळवलंय. मग हा काय प्रकार आहे? यातली गोम काय आहे?

एखादा सिनेमा हिट होण्यासाठी अनेक कारणं असू शकतात. एखाद्याचं म्युझिक, साँग्ज सुंदर असतात, हिट होतात. एखाद्याचं कथानक जबरदस्त असतं किंवा एखाद्या सिनेमातली ॲक्शन लोकांना आवडते. ओव्हरऑल विचार करता त्या सिनेमातलं काही ना काही तरी लोकांना आवडलेलं असतं. त्या गोष्टीनं बहुसंख्य लोकांचं मनोरंजन केलेलं असतं किंवा असं म्हणा बहुसंख्य लोकांना एंटरटेन केलेलं असतं. मग ही गोष्ट ओळखायची कशी?

सिनेमा बनवत असताना ही गोष्ट निर्माता/दिग्दर्शकांच्या लक्षात येत नाही असं नाही. येते.. म्हणून तर कमर्शिअल सिनेमा हा प्रकार सुरू झाला. लोकांना जे आवडेल ते देणारा सिनेमा. पण तरीसुद्धा असे कमर्शिअल सिनेमेही मोठ्या संख्येने फ्लॉप होताना दिसतात, कि ज्यामध्ये म्युझिक, गाणी, ॲक्शन ते प्रणयदृश्यापर्यंत सगळं काही असतं. मग हे असं का होतं..? आता काय चुकतं..?

मित्रांनो, कमर्शिअल अँड नॉन कमर्शिअल ही कल्पनाच मुळी चुकीची आहे. लोकांना जे आवडतं ते सगळं तुमच्या सिनेमात असलं पाहिजे. पण बहुसंख्य निर्माते-दिग्दर्शक ही गोष्ट लक्षात घेऊन सिनेमा

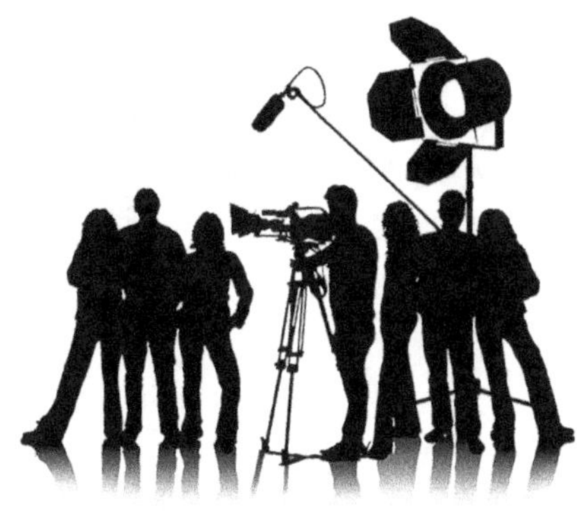

बनवत असताना त्या सगळ्या गोष्टी देतात ज्या लोकांना आवडतील. आणि मग तशीच कथानकाची रचना करतात जी लोकांना पुरेपूर एंटरटेन करेल. पण एक गोष्ट मात्र हमखास विसरतात.एवढं सगळं मिक्स-अप करून मी बनवलेला सिनेमा खरच माझं स्वतःचं मनोरंजन करतोय का..? मला स्वतःला एंटरटेन करतोय का..?

बऱ्याचवेळा सिनेमात हे असलं पाहिजे, ते असलं पाहिजे, आयटम साँग हवं, किसिंग सिन हवा, अजून काही हवं, असे अनेक कमर्शिअल प्रकार जे लोकांना आकृष्ट करतात, ते असतात. पण हे सगळं देऊनही जी खिचडी तयार झालेली असते ती जर त्यांचं स्वतःचं मनोरंजन नाही करू शकली तर मग दुसऱ्यांचं कसं करणार..? कारण आपण स्वतः एक पब्लिकच आहोत ना..!!

तेव्हा निर्मात्यांनी आणि दिग्दर्शकांनी कहाणीवर काम करत असताना निश्चितच आधी स्वतःला एंटरटेन करेल अशीच संरचना करावी, मग ती इतरांचंही मनोरंजन आपोआप करेल.

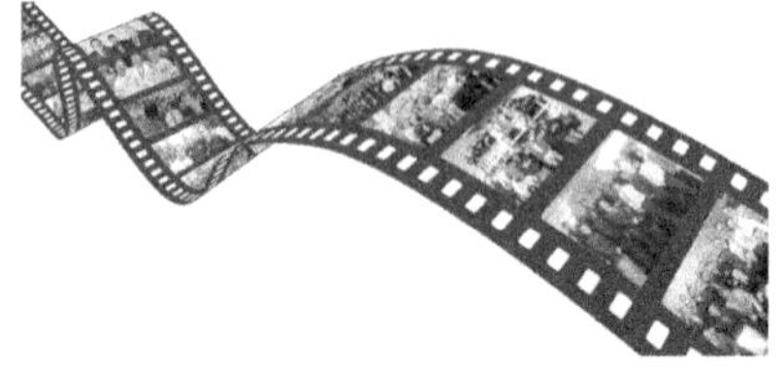

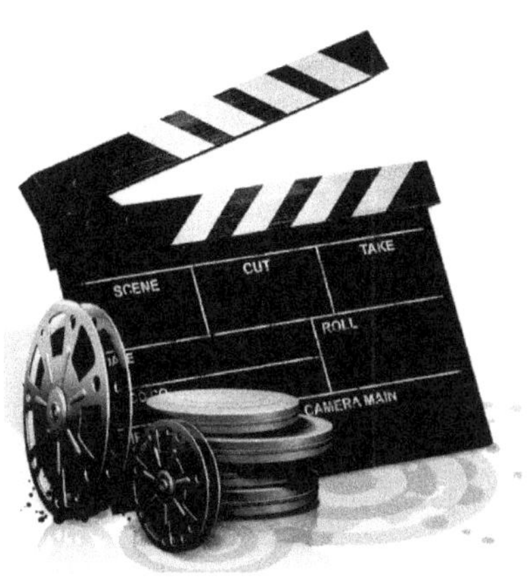

सिनेमा कमर्शिअली चालवण्यासाठी अनेक गोष्टींची गरज असते. ते करणं आवश्यक आहेच, पण आपला सिनेमा दर्जेदार आहे की नाही ही गोष्टही महत्त्वाची आहे. सिनेमाचं यश-अपयश तिकीट खिडकीपेक्षा लोकांच्या मनावर त्या चित्रपटानं किती राज्य केलं त्यावर अवलंबून असतं.

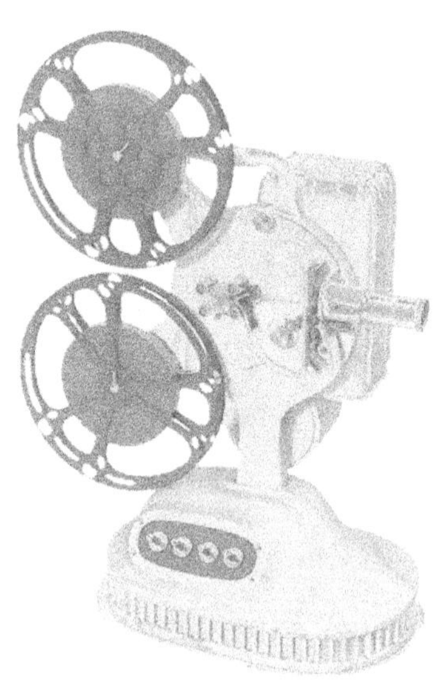

4

हिट अँड फ्लॉप

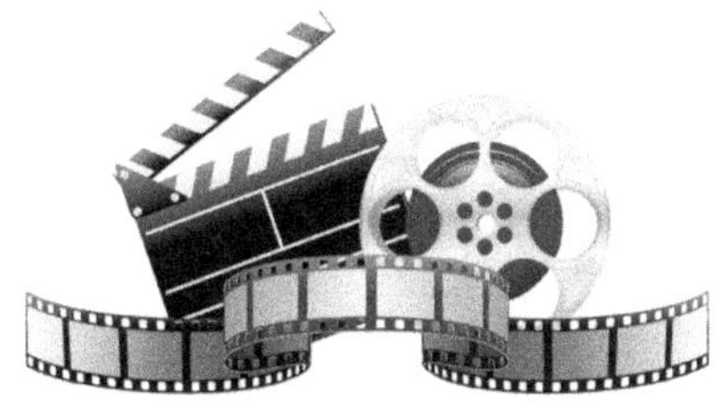

आज आपण पाहतो खूप सिनेमे अगदी शंभर करोड क्लबपर्यंत मजल मारतात. म्हणजे ते सुपर डुपर हिट असतात, असा आपला समज असतो. हा समज चुकीचा बरोबर हा प्रश्न नाही. प्रश्न हा आहे, तो म्हणजे हिट अँड फ्लॉपची व्याख्या पुन्हा एकदा तपासण्याची.

आपण ज्या आधारावर हिट अँड फ्लॉप बोलतो तो फक्त एक भाग झाला, बॉक्स ऑफिसवर जमवलेल्या गल्ल्याचा. पण बऱ्याचवेळा हा गल्ला जमवण्यात अनेक गोष्टींचा हातभार असतो. एक म्हणजे तो सिनेमा एखाद्या फेमस स्टारचा असतो, कि त्याला मानणारा प्रेक्षकवर्ग

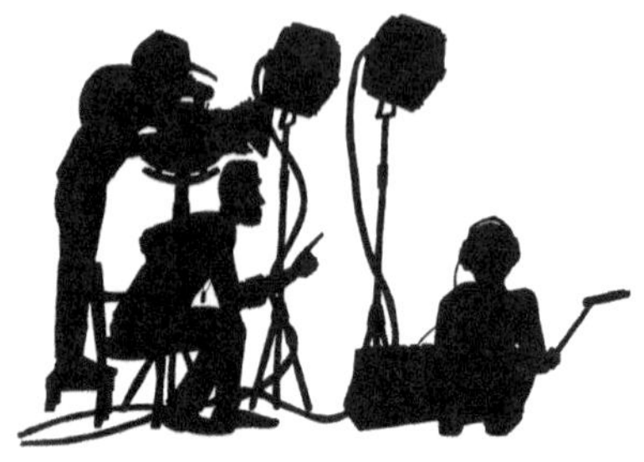

मोठा असतो. कधी त्याचा सिनेमा वर्ष-दोन वर्षातून येणार असतो, आलेला असतो, म्हणून उत्सुकता असते. कधी एखाद्या मोठ्या बॅनरचा किंवा लगातार हिट सिनेमा देणाऱ्या दिग्दर्शकाचा असतो. बऱ्याचवेळा एखाद्या सिनेमाच्या ॲडव्हरटायजिंगवर वारेमाप पैसा उधळलेला असतो. कधी कधी त्याचे हॉट प्रोमोज आणि ट्रेलर प्रेक्षकांना थिएटरकडे खेचत असतात. कधी श्रवणीय गाणी आणि एखादी कॉंट्रॉव्हर्सिसुद्धा.

अशा अनेक कारणांमुळे प्रेक्षक थिएटरकडे ओढला जातो आणि अगदी पहिल्या आठवड्यातच कोटींची उड्डाणे घेतली जातात. बऱ्याचवेळा पहिला आठवडा चालणारे सिनेमे पुढे कमीतकमी एकदोन आठवडे तरी हलवले जात नाहीत. ओघानेच उत्पन्नात वाढ होते. मग शंभर करोड क्लब काही दूर नसतो.

मग हीच तुमची हिटची व्याख्या आहे काय? कित्येकदा हे असे हिट सिनेमे बघण्याच्यासुद्धा लायकीचे नसतात. मग लक्षात राहण्याच्या तर दूरच..! मित्रांनो असेही कित्येक सिनेमे आपणाला आठवत असतील कि, जे अनेकवेळा पाहूनसुद्धा आज पुन्हा जरी ते टीव्ही वरती लागले तरी आपण ते तितक्याच उत्साहाने पाहतो आणि त्यांच्याबद्दल तितक्याच आदराने बोलतो देखील. त्यांत असणाऱ्या अभिनेत्यांच्या अभिनयावर किंवा दिग्दर्शकांच्या शैलीवर आश्चर्य व्यक्त करतो.

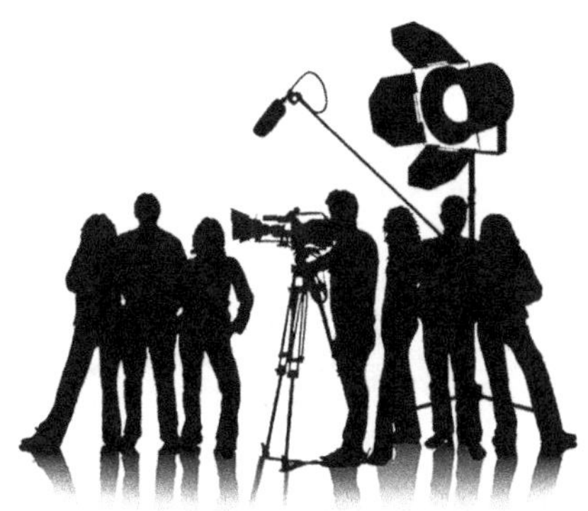

खरं म्हणजे प्रत्येकवेळा तो सिनेमा बघताना आपण खूप सुखावतो. मग या सिनेमाला नुसतं हिट म्हणून कसं चालेल..? मित्रांनो, हे सिनेमे तर 'ऑल टाईम हिट' असतात आणि यातले कित्येक सिनेमे बॉक्स ऑफिसवर फ्लॉप होऊनसुद्धा पुन्हा एकदा तरी बघावेसे वाटतात. मग ते फ्लॉप सिनेमे कुठल्या सदरात मोडतात.. हिट कि फ्लॉप..??

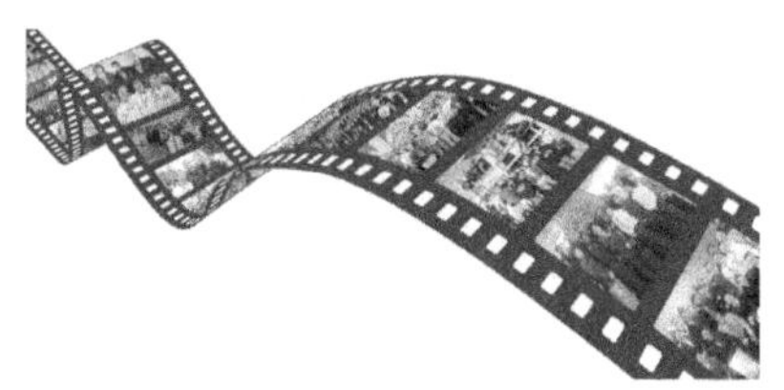

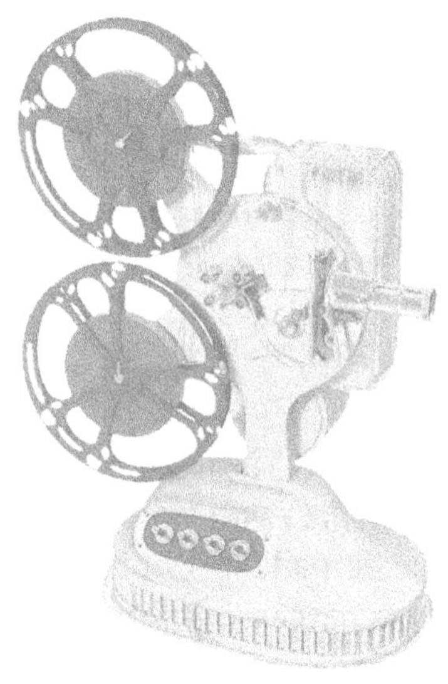

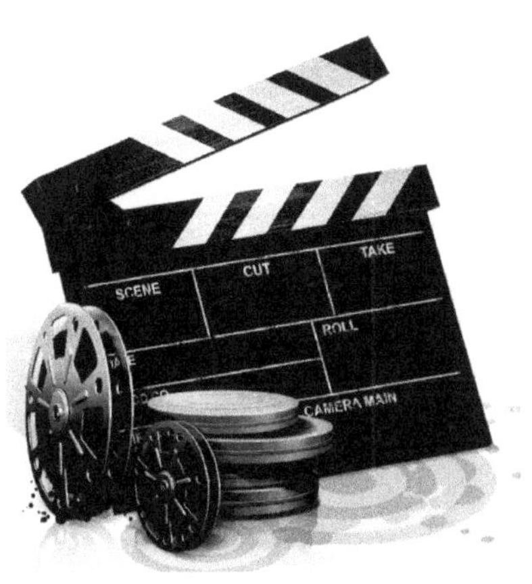

सिनेमा बनवताना तो लोकांना इतकं वेड का लावतो
याचा अभ्यास करणं महत्त्वाचं आहे. प्रेक्षकांना
आकर्षित करणारे कळीचे मुद्दे शोधून काढले
पाहिजेत. मग आपोआपच प्रेक्षक सिनेमाकडे
आकर्षिला जाईल. अशीच एक खूप महत्त्वाची गोष्ट
लेखकाला सापडलीय..!!

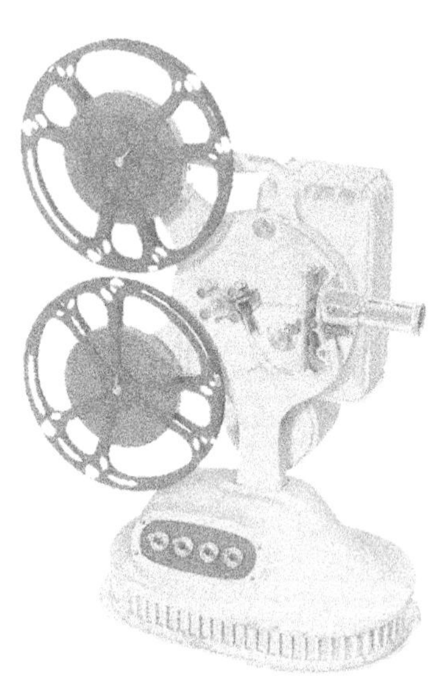

5

लार्जर दॅन दि लाईफ

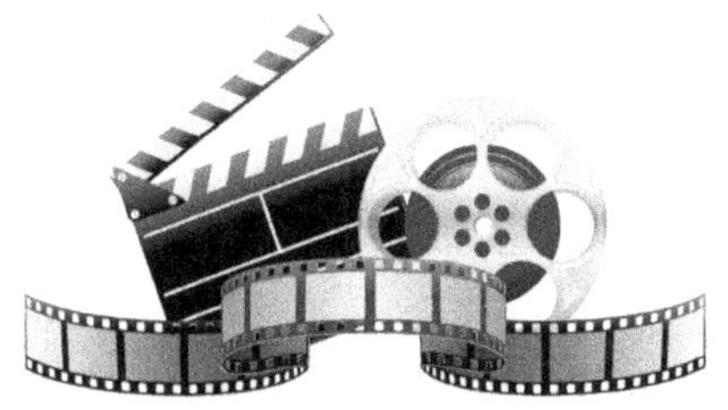

सिनेमा.. एका छोट्या मशिनद्वारे हलती-बोलती चित्रं पडद्यावर दाखवण्याचा आणि पहाण्याचा खेळ. खूप उत्साहवर्धक, उत्कंठावर्धक..!! इथं भावनांचा कल्लोळ आहे, अश्रूंचा संगम आहे, मनोरंजनाची बहार आहे. कधी तो शृंगारदायी वाटतो, कधी शरीरात वीर रस संचारवतो. यातली पात्रं कधी हवीशी वाटतात, त्यातलीच काही अगदी नकोशी वाटतात.

खूपवेळा तो स्वप्नांचा प्रवास असतो आणि त्यात खूप असतात जीवन प्रवासातले प्रवासी. खऱ्याखुऱ्या चेहऱ्याला रंग फासून खोटी

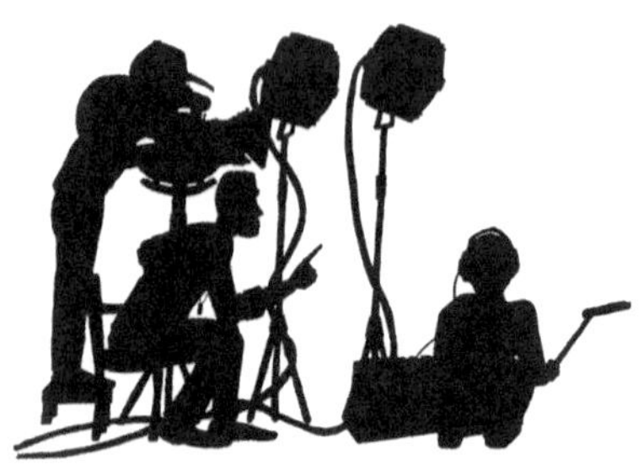

मोहमयी दुनिया उभी करताना समोरच्याचं वास्तव विसरायला लावणारे बहुरूपी. समोरच्या मायबाप प्रेक्षकांना पोट भरून हसवताना काही क्षणांसाठी स्वतःचं अस्तित्व आणि हृदयातली दुःख विसरणारे अवलिये..!!

.

एक एक व्यक्तिरेखा उभी करताना कसून मेहनत घेऊन हुबेहूब जिवंतपणा साकारत प्रेक्षकांच्या राग, प्रेम, वात्सल्य, करुणा इ. भावनांशी छेडछाड करण्याचं कसब साधणं, वाटतं तितकं सोप्पं नक्कीच नाही. सोबतीला तंत्रज्ञानाचा वारू असला तरी हा सगळा पसारा सांभाळत मायबाप प्रेक्षकांना भुलवायला खूप कष्ट पडत असतात, पण यालाच तर अभिनय म्हणतात बॉस..!! मनापासून साकारलेली भूमिका जेव्हा पडद्यावर जिवंत होते ना, तेव्हा मायबाप प्रेक्षकही दाद द्यायला कमी पडत नाहीत. हि दादच तर त्यांच्यासाठी महत्वाची असते. तिच्यासाठीच तर ते भुकेले असतात.

.

या कामात मोलाची साथ मिळते ती दिग्दर्शक, सिनेमॅटोग्राफर, लाईटमन, संवाद लेखक आणि तंत्रज्ञांची. त्याचे स्वतःचे कष्ट आणि या सर्वांची मेहनत यातून साकारते, मग अनोखी, भव्य व्यक्तिरेखा. अगदी जिवंत, अगदी हुबेहूब. रोजच्याच जीवनापेक्षा सरस, प्रभावी आणि

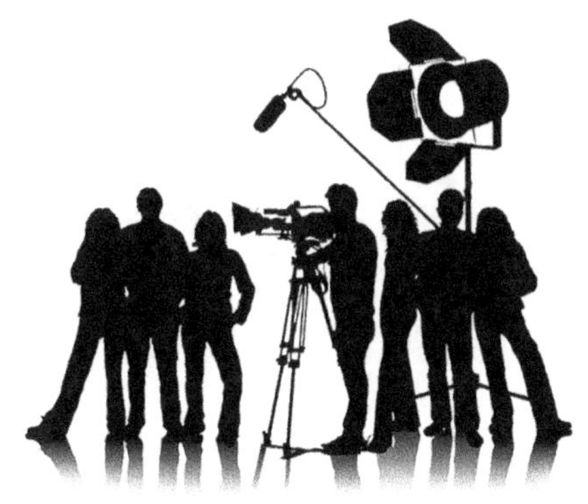

मोठी..! अगदी लार्जर दॅन दि लाईफ.

सिनेमाचं हेच तर वैशिष्ट्य आहे. इथली लोकं लार्जर दॅन लाईफ जीवन जगतात. इथल्या व्यक्तिरेखा आणि पात्रं ही रिअल लाईफपेक्षा लार्जरच(भव्य) असतात, वाटतात. मोठ्या देख्याव्याचं आकर्षण कुणाला नसतं..! सगळ्यांनाच एक स्पेशल लाईफ जगावं आणि असावं असं वाटतं. आणि हीच हौस सिनेमा पुरी करतो.

आणखी एक म्हणजे आपणाला जसं बनू वाटत नाही किंवा जसं व्यक्तिमत्व आपणाला आवडत नाही, ज्याचा आपण रिअल लाईफमध्ये तिरस्कार करतो, त्या व्यक्तिरेखाही इथं महान वाटतात. उदा. व्हिलन. लोकं त्यांचीही स्तुती करतात. त्यांच्यावरही भरभरून प्रेम करतात.

या लोकांना, व्यक्तिरेखांना भव्य बनवणारे, डिरेक्टर, कलावंत आणि तंत्रज्ञ यांचीही जाणीव आणि सोच तितकीच भव्य असते. प्रत्येकवेळी एक नवा विचार, एक नवा कलाविष्कार आणि एक नवी महान व्यक्तिरेखा. सगळंच अद्भुत, अचंबित करणारं, मनाला वेड लावणारं, मोहमयी आणि लार्जर दॅन दि लाईफ. म्हणूनच सिनेमा

लोकांना खूप आवडतो, जीवनापेक्षा मोठा वाटतो. त्याचं आकर्षण वाटतं. ज्या सिनेमात हे सगळं आहे तोच तर खरा सिनेमा.

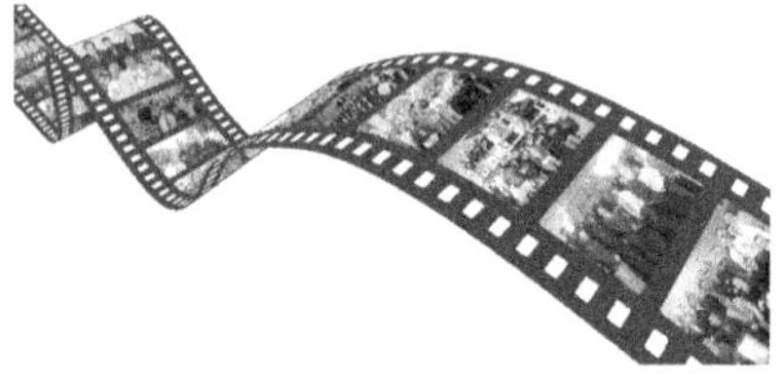

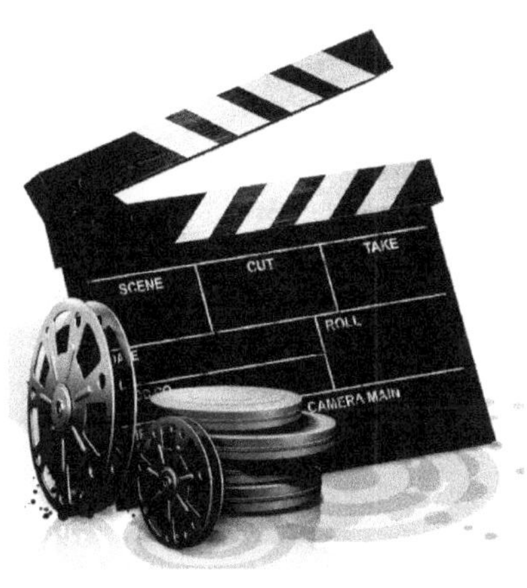

चित्रपटातील एखाद्या विशिष्ट घटकाकडून चित्रपटातील पात्रांना आणि प्रत्यक्ष प्रेक्षकांना खूप अपेक्षा असतात. किंबहुना संपूर्ण चित्रपटच त्या गोष्टीवरती अवलंबून असतो. ही गोष्ट शोधून संपूर्ण चित्रपटाची संरचना त्याभोवती करून एक उत्कृष्ट कलाकृती बनवणं म्हणजे यशाच्या फारच जवळ जाण्यासारखं आहे.

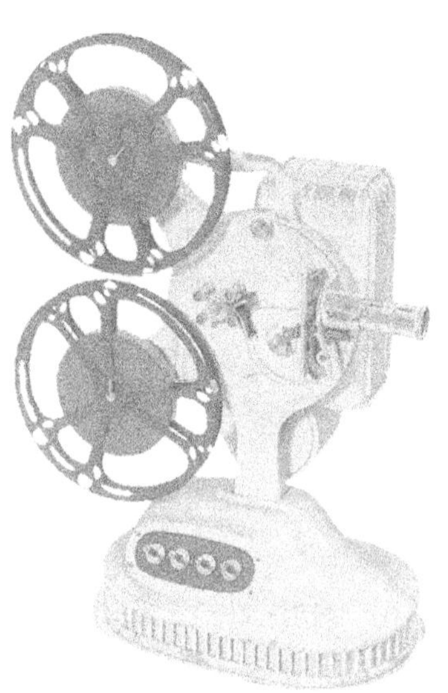

६

लीडरशिप

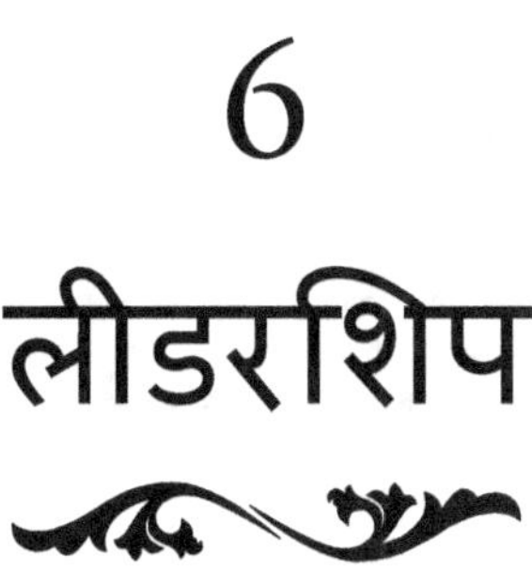

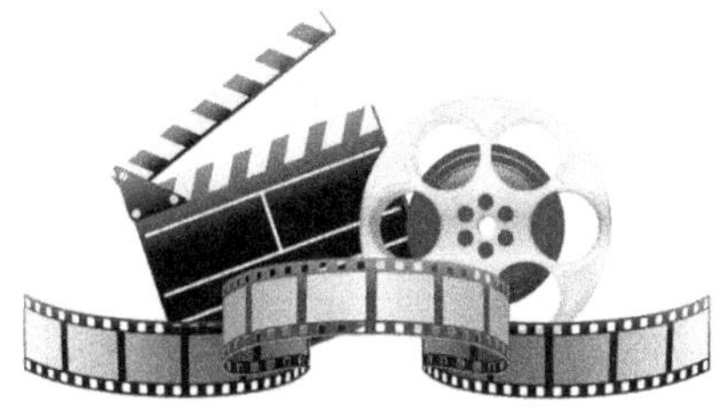

सिनेमा म्हटलं की नायक आलाच. सोप्या भाषेत हिरो. एक हिरो, एक हिरॉईन, एक व्हिलन असं काहीतरी सिनेमाचं स्वरूप असतं. कथेनुसार त्यात थोडाफार बदल असतोच. प्रत्येक सिनेमामध्ये मध्यवर्ती भूमिकेत नायक किंवा व्हिलन असेलच असं नाही. पण त्या सिनेमात कोणीतरी का होईना पण लीड करत असतं, लीडरशीप करत असतं.

एक गोष्ट आपण लक्षात घेतली पाहिजे की, जगात दोन प्रकारचे लोक असतात. एक म्हणजे लिडर्स आणि दुसरे फॉलोअर्स. चित्रपटाच्या

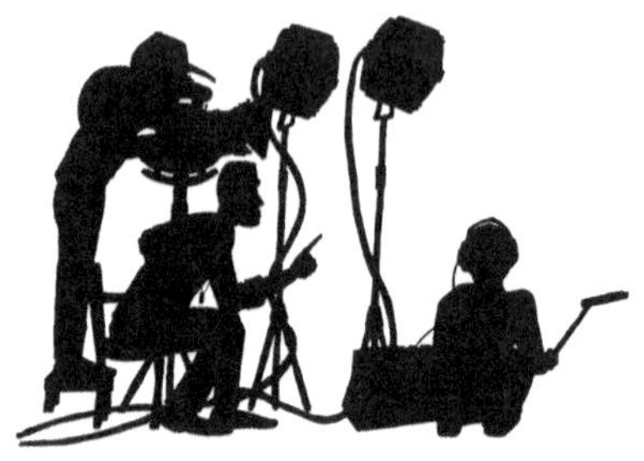

बाबतीत बोलायचं म्हणजे बहुसंख्य प्रेक्षक स्वतःला फॉलोअर्सच्या भूमिकेत मानत असतात. फॉलोअर्सचं एक महत्त्वाचं वैशिष्ट्य म्हणजे कुणाला तरी फॉलो करणं त्यांना खूप आवडतं. अगदी मनापासून.! मग त्यांचं मन आपसूकच अशा एखाद्या लीडरच्या शोधात असतं. हे रिअल लाईफबद्दल बोलतोय.

.

पण या खऱ्या खुऱ्या आयुष्यात त्यांच्या मनासारखा लीडर मिळेलच असं नाही. पण चित्रपटाच्या बाबतीत मात्र त्यांच्या मनासारखा लीडर मिळण्याच्या शक्यता अधिक असतात. अन्यायाविरुद्ध लढणारा, गरिबीवर मात करणारा, शत्रूंना संपवणारा, समाजाचं रक्षण करणारा अशी काहीतरी चित्रपटाच्या हिरोची व्याख्या असते. प्रत्यक्ष जीवनात अशा प्रकारे अनेक गोष्टींशी दोन हात करणारा हिरो मिळो न मिळो, पण चित्रपटात नक्की मिळतो आणि हीच गोष्ट बहुसंख्य प्रेक्षकांना थिएटरकडे खेचत असते. तेव्हा त्या चित्रपटाच्या लीडरवरची(हिरोवरची) अपेक्षांची लिस्ट वाढते आणि त्या अपेक्षा जर नाही पुऱ्या झाल्या तर मात्र त्याची लीडरशिपही वाया जाते आणि पर्यायानं चित्रपटही.

.

अशावेळी जबाबदारी येऊन ठेपते ती दिग्दर्शक आणि कथा लेखकांवरती. कहाणी काहीही असू दे, प्रत्यक्ष चित्रपटात कुणीही लीड

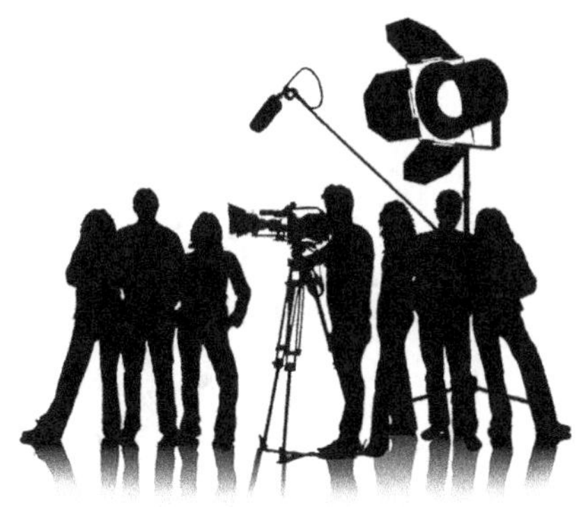

करू दे, मग तो हिरो असेल, हिरॉईन असेल किंवा मध्यवर्ती भूमिकेत व्हिलन असेल; जो कोणी लीड करेल, त्यानं प्रेक्षकांच्या अपेक्षा पूर्ण करणं गरजेचं आहे. हे मोठं स्किल आहे. कारण प्रत्यक्ष कहाणीच्या मूळ ढाच्याला धक्का लागू न देता, अनेकविध प्रेक्षकांच्या हृदयाचा ठाव घेत, शंभर टक्के नसेना का पण समाधानकारक स्थितीत प्रेक्षक खुश होतील अशी मांडणी करणं, ही तारेवरची कसरत आहे.

त्यातही स्टोरी प्ले होत असलेला कालखंड, त्या पर्यायानं येणाऱ्या सर्वच तांत्रिक बाजू आणि उपलब्ध कलाकार या गोष्टींचा मोठा प्रभाव त्यावर पडत असतो. कधी कधी एखाद्या स्टोरीचा हिरो नेभळटच दाखवणं आवश्यक असेल, तशी कथेची गरज असेल किंवा एखाद्या चित्रपटात व्हिलन वगैरे असं काही नसेल, सगळंच ठीक ठाक मौजमजेत चाललं असेल तर मात्र डिरेक्टर आणि लेखकाचा कस लागतो.

अशा परिस्थितीत कहाणी कुणाला लीड करतेय किंवा लीडरशिप सामूहिक असेल तर प्रत्येकाच्या भूमिकेला प्रत्यक्ष न्याय दिला जातोय का किंवा नेमकी कोणती गोष्ट(सजीव, निर्जीव किंवा परिस्थिती) लीड करतेय, हे शोधून काढणं महत्त्वाचं असतं. बहुसंख्य प्रेक्षकांना खिळवून

ठेवायचं असेल तर लीडरशिप हा खूप सेन्सिटिव्ह विषय आहे. त्याची नस शोधणं आणि प्रेक्षकांना समाधानी करणं याची सर्वस्वी जबाबदारी लेखक- दिग्दर्शकावरच आहे, हे लक्षात ठेवा.

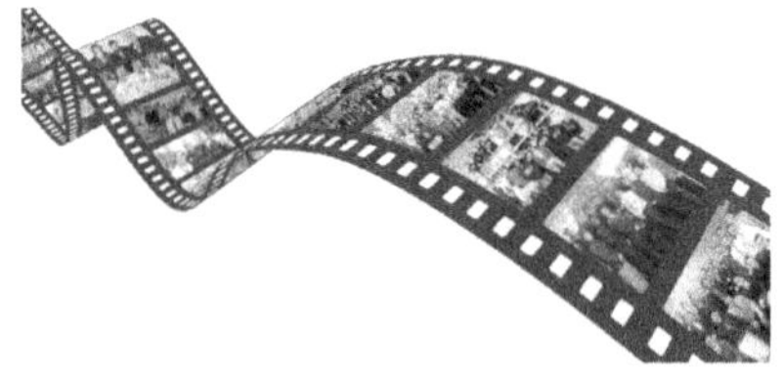

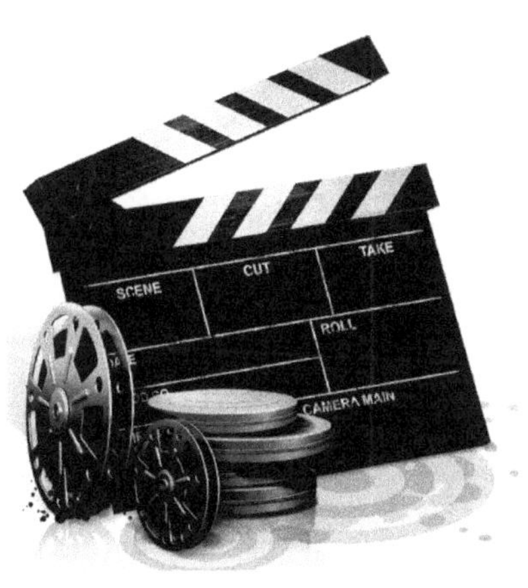

अनेक चित्रपटांचा एक महत्त्वाचा प्रॉब्लेम म्हणजे चित्रपट शंभर टक्के प्रेक्षकांना समजतोच असं नाही. कितीतरी गोष्टी काय होत्या आणि त्या तशा का होत्या हे मुळी समजतच नाही. प्रेक्षक प्रश्नार्थक नजरेनं बाहेर पडतात आणि अपेक्षाभंग झाल्यासारखा अनुभव त्यांना येतो.

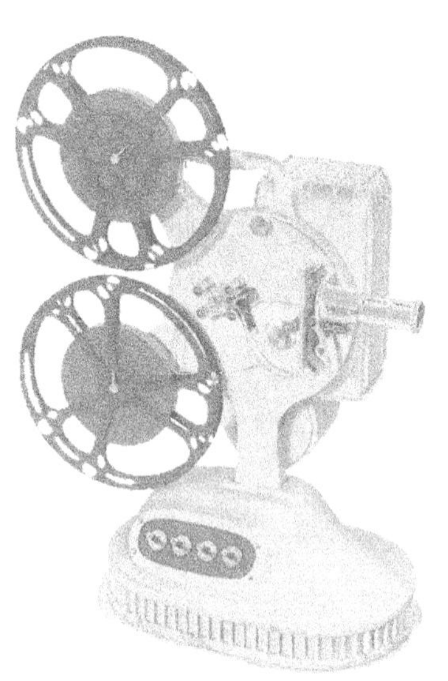

7

सिक्रेट लॅग्वेज ऑफ सिनेमा

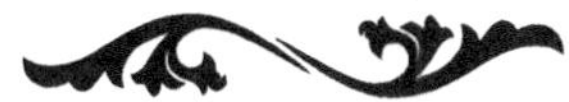

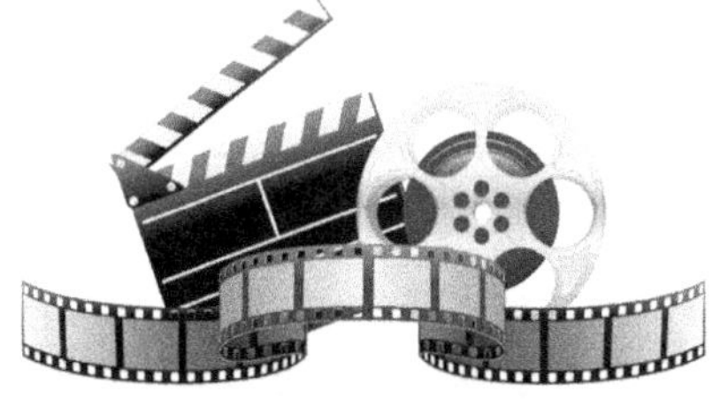

खरं म्हणजे सिनेमाला भाषा नसते. अमुक एक सिनेमा इंग्लिश किंवा मराठी किंवा हिंदी, तेलगू असं नसतं. सिनेमा हा सिनेमा असतो. त्याचं व्यक्त होण्याचं माध्यम वेगवेगळं असू शकतं. एखादा सिनेमा मराठी भाषेत असतो. म्हणजे मराठीत ऐकायला मिळतो पण पाहण्याला कुठे भाषा असते. अगदी कुठलीच भाषा नसली तरी सिनेमा पाहता येतो, समजतो. पूर्वी ज्यावेळी सिनेमा बोलत नव्हता, मुकपटांच्या काळात, तेव्हा तो खरा जागतिक होता. त्याला भाषेची आणि प्रदेशाची बंधनं

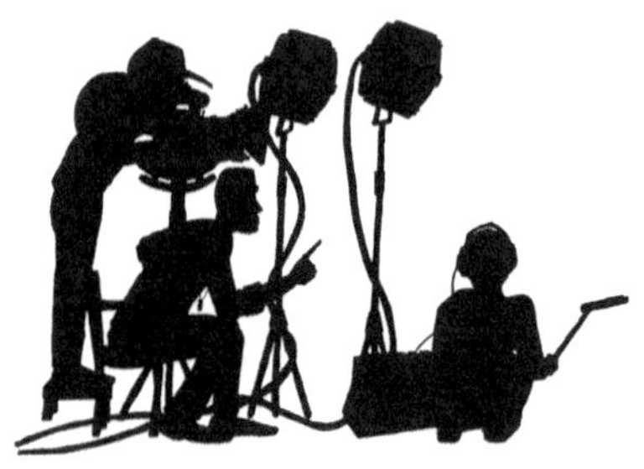

नव्हती. आता मात्र सिनेमा भाषेमध्ये आणि प्रदेशामध्ये अडकून पडलाय.

.

सिनेमा बनवत असताना एक गोष्ट लक्षात घ्यायला हवी, कि त्याचं व्यक्त होण्याचं माध्यम कोणतीतरी भाषा असणारच, पण जगाच्या कोपऱ्यात कुठल्याही प्रेक्षकाला तो समजायला हवा. त्यासाठी भाषेची किंवा सब-टेक्स्टची गरज नसावी. तरच तो एक जागतिक सिनेमा ठरेल आणि जगातल्या प्रत्येक प्रेक्षकाला तो समजेल. एवढंच काय पण एका घरात लहान मुलांपासून ते ऐंशी वर्षाच्या वृध्दापर्यंत प्रत्येकाचा जडणघडणीचा काळ वेगळा असतो. त्यांची समज, शिक्षण आणि भाषेचं आकलन निराळं असतं. अशा परिस्थितीतही तो प्रत्येकाला शंभर टक्के समजायला हवा.

.

आणखी थोडं पुढं गेलं तर एकच भाषा पण तीची उच्चारण्याची ढब उदा. टपोरी, फ्लूएन्ट, सॉफीस्टिकेटेड इ. गोष्टीसुद्धा आकलनामध्ये अडसर ठरू शकतात. अशावेळी (शब्द) दूर जाऊन दृश्य स्वरूपात एक सिक्रेट लँग्वेज क्रिएट करता आली पाहिजे. तरच तो सिनेमा, त्याचा मॅसेज आणि अर्थ प्रेक्षकांपर्यंत पोहचेल.

.

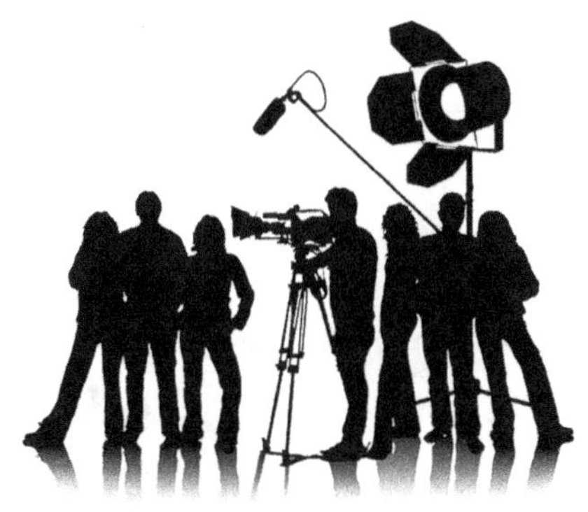

अशी ही सिक्रेट लॅंग्वेज अभिनयाचा मुख्य अंग असते. त्याच्यामध्ये बॉडी लॅंग्वेज, एक्सप्रेशन पासून ते अंतरंगातील भाव डोळ्यात उतरण्यापर्यंत सगळं काही आलं. डिरेक्टरचा रोलही इथं खूप महत्त्वाचा असतो. कारण सिनेमा अँगल लावण्यापासून ते लाईट्सचं संयोजन आणि कॅमेरा मूव्हमेंट्स खूप आश्चर्यकारकरित्या परिणाम साधतात. बऱ्याचवेळा उत्कृष्ट आणि योग्य मेकअप आणि आर्ट डिरेक्शनही बऱ्याच गोष्टी सांगून जाते आणि अभिनेता आणि डिरेक्टरवरची जबाबदारी कमी होते. तुमचा मेकअप तुमच्या व्यक्तिमत्त्वाबद्दल तर आर्ट डिरेक्शन सद्य:स्थितीतील परिस्थिती आणि परिणामकारकते बद्दल बोलत असते.

याला जोड मिळते ती बॅकग्राउंड साउंडची. बॅकग्राउंड साउंड हा यातला आणखी एक सर्वांत परिणामकारक घटक. त्याच्यावरची कमांड जेवढी म्युझिक डिरेक्टरची, तेवढीच मुख्य डिरेक्टरची. कारण ही भाषा जगातल्या प्रत्येक घटकांना सारखीच समजते आणि जास्त परिणाम करते. अगदी दृश्य स्वरूपापेक्षा दृश्य..!

अशाप्रकारे या सर्व गोष्टींचा योग्य संगम होऊन सिक्रेट लॅंग्वेज तयार होते. तिला प्रदेशांची बंधनं नसतात. वयाची बेरीज वजाबाकी नसते. आणि ही लॅंग्वेजच संपूर्ण चित्रपट परिपूर्णरित्या प्रेक्षकांपर्यंत पोहचवते.

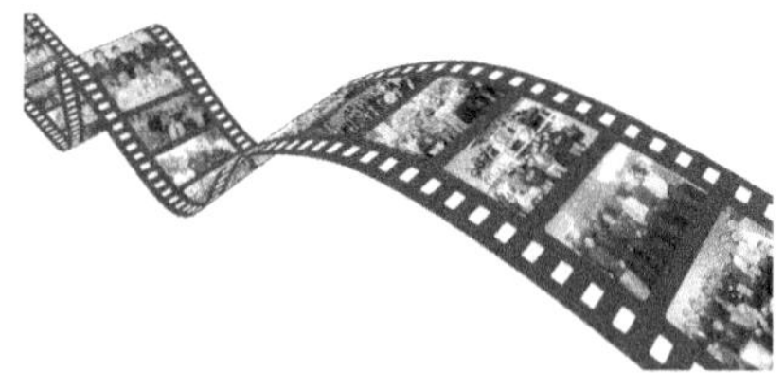

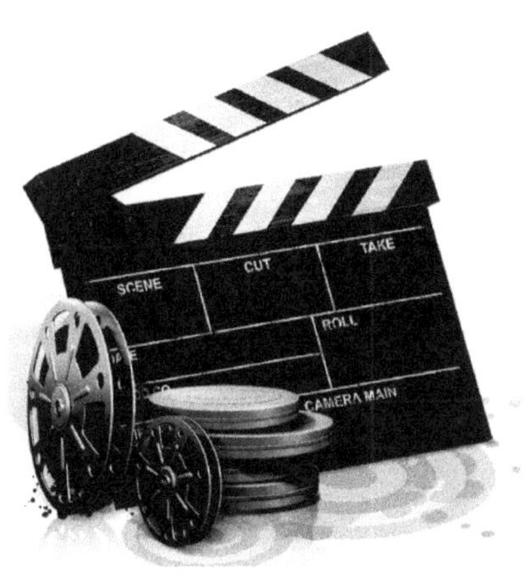

सिनेमा यशस्वी होण्यामागं त्याच्या निर्मिती प्रक्रियेचाही मोठा भाग असतो. कलाकारांच्या मानसिक स्थितीपासून ते एकमेकांतील रिलेशन्सचाही प्रभाव निर्मिती प्रक्रियेवर होतो व तो प्रेक्षकांना जाणवतो. एकूणच हेल्दी प्रक्रियेत तयार झालेली आणि सर्वांनी मन लावून केलेली कलाकृती प्रेक्षकांना खूप भावते, अन्यथा नाही.

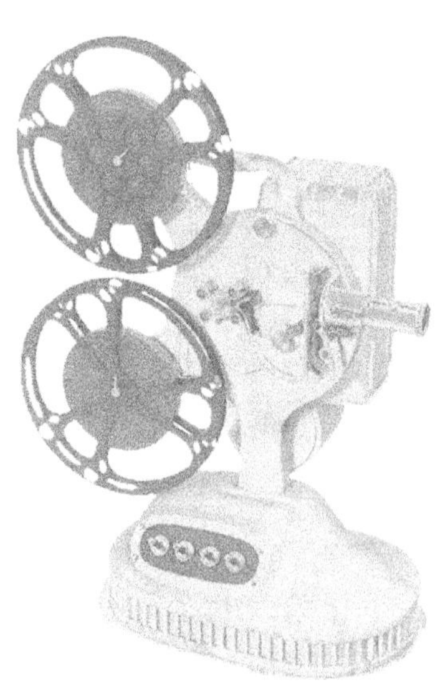

८

सिनेमा फील होणं महत्त्वाचं..!!

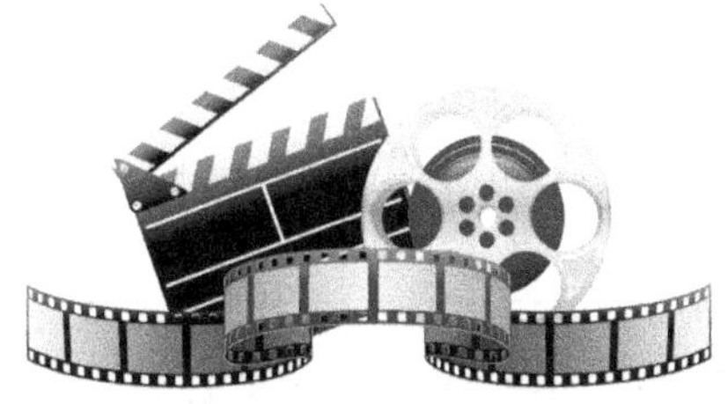

सिनेमा हे मानवी संवेदनावर प्रभाव करणारं अतिप्रभावी साधन आहे. प्रत्यक्ष दृक्-श्राव्य परिणामांमुळे त्याची तीव्रता अधिक असते. त्यामुळे कित्येक चित्रपट पाहताना आपण खऱ्याखुऱ्या दुनियेत हे सगळं अनुभवत असल्यासारखं वागतो, प्रभावित होतो. त्यामुळे कित्येक वेळा आपण मनापासून हसतो, रडतो देखील. त्या त्या वेळेपुरतं आपण खरंच वास्तवात असल्यासारखा फील अनुभवत असतो आणि तेवढ्या वेळेपुरतं आपण आपलं स्वतःच अस्तित्व, आयुष्य, आयुष्यातली

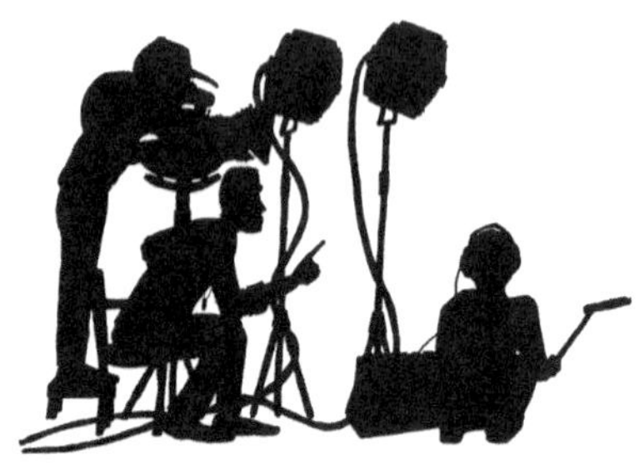

सुख-दुःख विसरतो. खरं तर आपण त्यासाठीच सिनेमा पहायला जात असतो. पण पडद्यावरची ती पात्रं आणि अनुभव सगळं काही खोटं असतं, मात्र ते खऱ्या खुऱ्या जीवनावर प्रभाव पाडतं. मग हे घडतं कसं..??

यामध्ये उत्कृष्ट अभिनय आणि दिग्दर्शनाचीही कमाल असते. तांत्रिक बाबीत न घुसता एक गोष्ट फक्त लक्षात घ्यायला हवी ती म्हणजे खरं म्हणजे तो सिनेमा लोकांना फील झालेला असतो. त्यांच्या भावनांवर त्यानं परिणाम साधलेला असतो, म्हणून तो आवडतो, भावतो. पण कित्येक सिनेमे उत्कृष्ट कथा, कलाकार, तंत्र असतानाही मात्र असा फील देण्यात अपयशी ठरतात. ते मानवी मनावर प्रभाव करू शकत नाहीत. कारणं खूप असतील पण उत्कृष्ट अभिनय, त्याला मिळालेली बॅकग्राउंड म्युझिकची साथ इ. गोष्टींचा तो एकत्र परिणाम असतो. पण मला काही वेगळंच सांगायचं आहे.

अभिनेता जेव्हा अभिनय करत असतो तेव्हा तो त्यावर केंद्रित असणं खूप महत्त्वाचं असतं. अभिनय करताना तो स्वतःच ज्यावेळी स्वतःला विसरून त्या भूमिकेत शिरतो, त्यावेळी एक उत्कृष्ट कलाकारी त्याच्याकडून घडत असते. पण यावेळी तो काही काळासाठी का होईना ती भूमिका खरोखर जगतो आणि त्याच्या अभिनयात मग तो फील येतो, जो पडद्यावर जसाच्या तसा प्रेक्षकांना आपसूक जाणवतो.

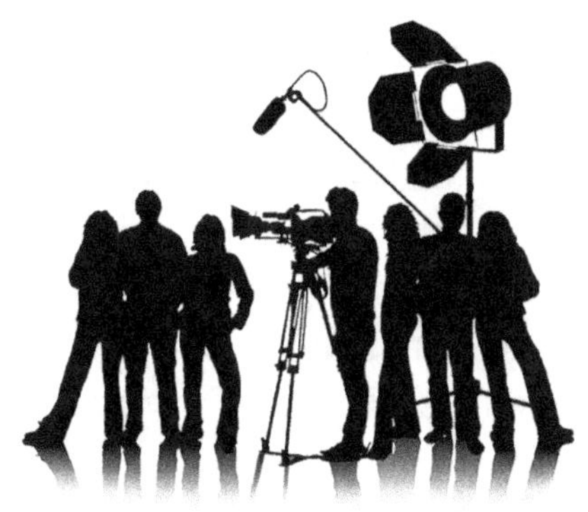

अनेकवेळा कलाकारांच्या खाजगी आयुष्यातील गोष्टींचा प्रभाव त्यांच्या कामावर होत असतो. त्यामुळे प्रत्यक्ष अभिनय करत असताना ते फिजिकली प्रेझेंट असतात, पण माईंडली ते तिथं नसतात. अबसेन्ट असतात आणि त्यांचा अबसेन्ट माईंडनेस त्यांच्या अभिनयावर परिणाम करतो. बऱ्याचवेळा ते योग्य अभिनय करतात. डिरेक्टरही ओके म्हणून सांगतो. पण प्रत्यक्षात पडद्यावर मात्र तो फील जाणवत नाही. कारण तो निर्माण झालेलाच नसतो. कारण तो ऍक्टर त्यावेळी डिस्टर्ब असतो. तिथं नसतो. तो माईंडली अबसेन्ट असतो.

वर वर पाहता हे थोडं गुंतागुंतीचं वाटतं. पण एक गोष्ट लक्षात ठेवा, मानवाला न सापडलेली, न उकललेली अनेक इंद्रियं आणि सेन्सर्स या गोष्टी कॅच करत असतात. आपणाला ती माहित नाहीत एवढंच. पण त्याचं कार्य मात्र चालूच असतं. प्रत्यक्ष फिलिंग्ज असतील तरच त्या आणखी प्रभावी जाणवतात. अन्यथा प्रेक्षकांना ते सारं खोटं खोटं वाटतं किंवा तसा फील येत नाही. सिनेमा फील होत नाही.

अनेक उत्कृष्ट, गाजलेल्या, लोकांना आवडलेल्या, त्यांनी डोक्यावर घेतलेल्या सिनेमांचा अभ्यास करा. हि गोष्ट तुमच्या लक्षात येईल.

समजा प्रत्यक्ष जीवनात हिरो-हिरॉईन प्रेमात असतील, एकमेकांकडे आकृष्ट असतील, तर निश्चितच अभिनयामध्ये सुद्धा त्यांचा फील, समर्पण, ओढ निश्चित प्रकट होईल आणि ती प्रेक्षकांनाही कित्येक पटीत जाणवेल आणि हे प्रत्येक भूमिकेसाठी शक्य असेल. याचा अर्थ हिरो-हिरॉईन प्रेमात असायला हवी, असा नव्हे. सेटवरचं उत्कृष्ट वातावरण, टीममधील खेळीमेळी, कामाचा अतिरिक्त ताण नसणं, क्लायमेटिक कंडिशन, प्रोजेक्टप्रती समर्पित भाव या अनेक गोष्टी सिनेमावर प्रभाव करतात, अभिनयावर परिणाम करतात.

एक यशस्वी सिनेमा तयार करण्यासाठी या अनेक गोष्टींचा विचार केला गेला पाहिजे, तरच तो फील होईल, आवडेल.

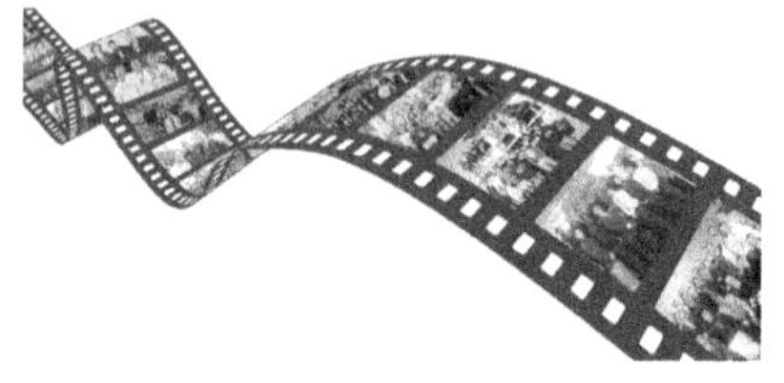

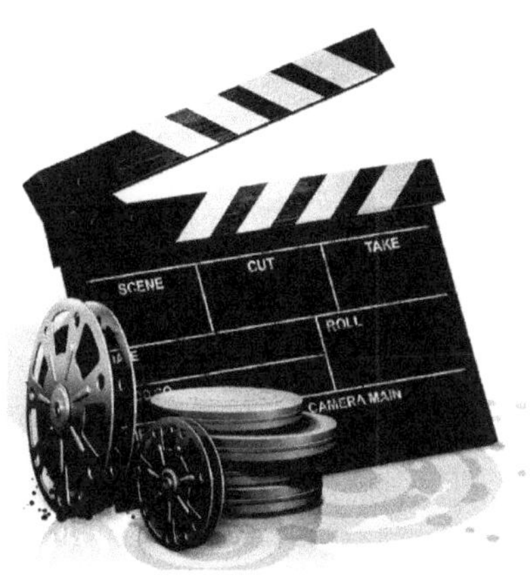

चित्रपट यशस्वी होण्यामध्ये मानवी मेंदूच्या काही अनाकलनीय कलांचा आणि त्यांच्या जडणघडणीचा मोठा प्रभाव असतो. सहसा या गोष्टीवर आपल्याकडे विचार होताना दिसत नाही. पण मानवी मेंदू आणि यशस्वी चित्रपट यांचा खूप जवळचा संबंध आहे.

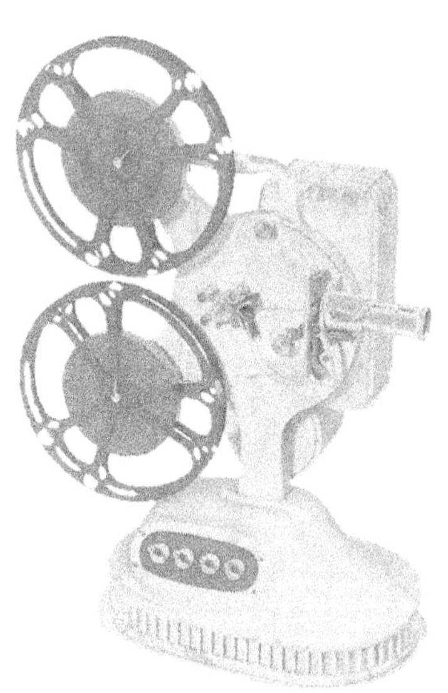

९

राईट ब्रेन अँड फॅन्टसी

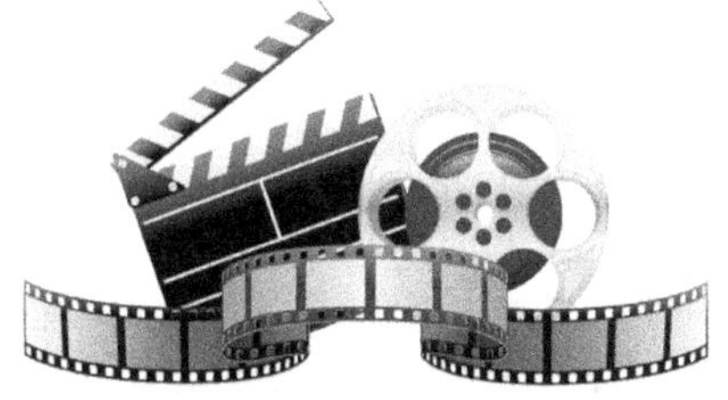

सर्वसाधारणपणे मानवी मेंदूचे दोन प्रकार आपण मानतो. एक म्हणजे राईट ब्रेन आणि दुसरा म्हणजे लेफ्ट ब्रेन. राईट ब्रेन शरीराचा डावा भाग प्रभावित करतो तर लेफ्ट ब्रेनचं उजव्या भागावर नियंत्रण असतं.

चित्रपट सृष्टीत राईट ब्रेनला खूपच महत्त्व आहे. लेफ्ट ब्रेन लॉजिकल गोष्टींना महत्त्व देतो किंवा लॉजिकली विचार करतो. जसं कि गणिती

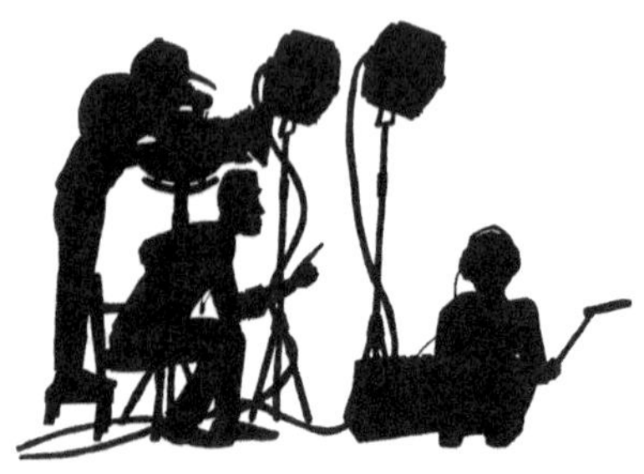

आकडेमोड, अंतर, जजमेंट इ. ज्या गोष्टी प्रत्यक्षात घडू शकतात किंवा जे शक्य आहे त्याचा. पण राईट ब्रेनचं नेमकं याच्या विरुद्ध आहे.

राईट ब्रेनला इललॉजिकल गोष्टी खूप आवडतात आणि तो इललॉजिकली विचार करतो. कुठलीही गोष्ट जी लॉजिकली पॉसिबल नाही, ती प्रत्येक गोष्ट राईट ब्रेनला आवडते. पुन्हा पुन्हा पहावीशी वाटते आणि कायमस्वरूपी लक्षातही राहते. जसं कि उंचावरून उड्या मारणारा हिरो, शे-दोनशे गुंडांना हातोहात लोळवणारा हिरो, चार चार गाड्यांवरून टू-व्हीलर उडवणारा हिरो. या गोष्टी लॉजिकली शक्य नाहीत. पण राईट ब्रेनला त्याच्याशी काही देणं- घेणं नाही. त्याला ते सगळं आवडतं, खूप आवडतं. म्हणूनच तर चित्रपटात या सगळ्या गोष्टींचा वापर दिग्दर्शक सर्रास करताना दिसतात आणि प्रेक्षक त्यामध्ये गुंतत जातात.

हॉलिवूड पटांमध्ये या गोष्टींचा जास्तीत जास्त वापर होताना दिसतो. त्यामुळेच तिथले डायनासोर पासून ते एनाकोंडा पर्यंत सगळे चित्रपट प्रेक्षकांना खिळवून ठेवतात. राईट ब्रेनला रिऍलिटीमध्ये नसणारं ते सगळं आवडतं.

राईट ब्रेनला जायंटिक आकार खूप आवडतो. म्हणजे वास्तवापेक्षा मोठा. त्यामुळेच तर एनाकोंडा आणि शार्क सारखे सिनेमे प्रेक्षकांची गर्दी

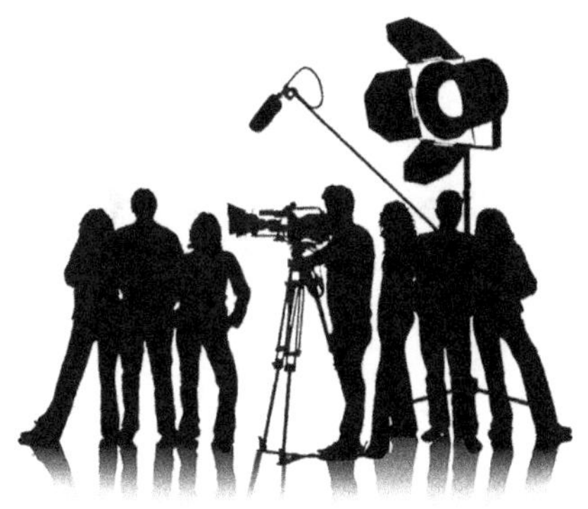

खेचतात. आणखी एक गोष्ट आवडते ती म्हणजे एक्झॅग्रेशन. म्हणजे एखादी गोष्ट वाढवून दाखवणे. जसं कि रामायणामध्ये एक बाण सोडला कि त्याचे होणारे शेकडो बाण. हीच गोष्ट '३००' सिनेमात बाणांच्या वर्षावाच्या रुपात पाहताना लोकांना खूप आवडली होती.

आणि याच्या पलीकडे जाऊन सर्वात आवडतं ते म्हणजे फँटसी. फँटसी राईट ब्रेनला खूप म्हणजे खूपच आवडते. त्यामुळे हॉलिवूड पटातले सुपरमॅन, हीमॅन आणि स्पायडर मॅन ते टीव्ही सिरीयल मधला शक्तिमान सगळंच मोहमयी वाटतं. इतकच कशाला, मराठी सिनेमातल्या कवठ्या महाकाळपासून, बाटलीतला गंगाराम आणि तात्या विंचू सगळं- सगळं पुन्हा पुन्हा पहावसं वाटतं.

या सर्व गोष्टींचा वापर हॉलिवूड पटात सर्रास आणि मोठ्या प्रमाणात होताना दिसतो. भारतीय सिनेमानंही या गोष्टींवर अधिक लक्ष द्यायला हवं. जितकं तुम्ही राईट ब्रेनला खुश ठेवाल, बस प्रेक्षक तितकेच तुमच्यावर खुश राहतील. जे जे काही या रिअल जगात अस्तित्वात नाही ते सगळं फँटसी प्रकारात बघायला लोकांना खूप आवडतं.

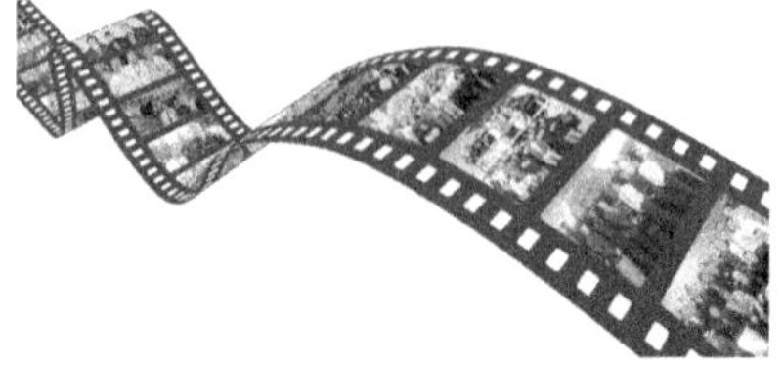

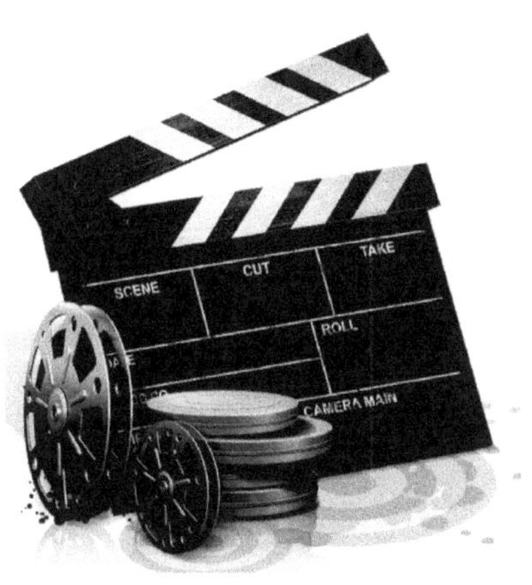

काही विशिष्ट गोष्टी प्रेक्षकांना चित्रपटाकडे खेचत असतात आणि ते सिनेमे वारंवार पाहायला लावत असतात. अनेक सिनेमांचा अभ्यास करता ही गोष्ट लक्षात येते की, याच समान गोष्टी प्रत्येक चित्रपट यशस्वी होण्यामागं कारणीभूत आहेत. त्यांचा वापर हीच चित्रपट यशस्वीतेची गुरुकिल्ली आहे.

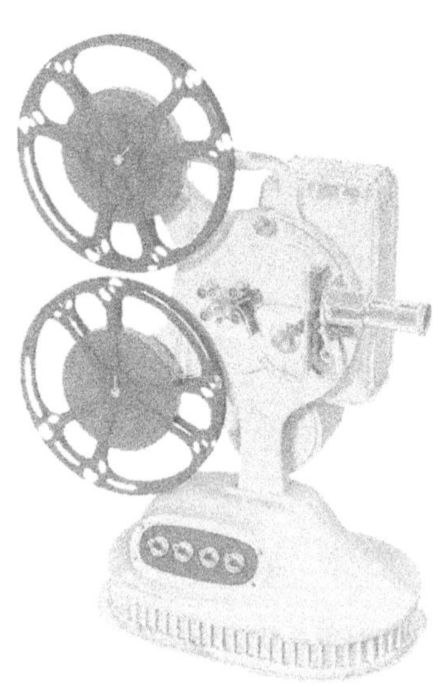

10

राईट ब्रेन आणि बरंच काही...!!

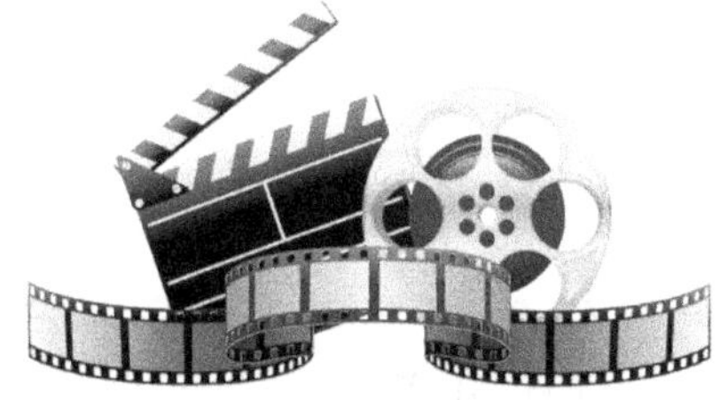

राईट ब्रेनला आणखी काय-काय आवडतं? त्याला रंग आवडतात, खूप आवडतात. जेवढा रंगाचा वापर जास्त तेवढं त्याला सुखद वाटतं. हिरवा निसर्ग, पसरलेली गर्द हिरवळ, रंगी-बेरंगी छत्र्या, विविध रंगांचे ज्यूस इ. सगळं सगळं त्याला आवडतं. म्हणून तर रंग-बेरंगी कपड्यांचा वापर सिनेमात पहायला मिळतो. मग एका गाण्यात चार चार वेळा ड्रेस बदलले तरी त्याला ते चालतं, आवडतं. खरं म्हणजे हवं हवंसं वाटतं.

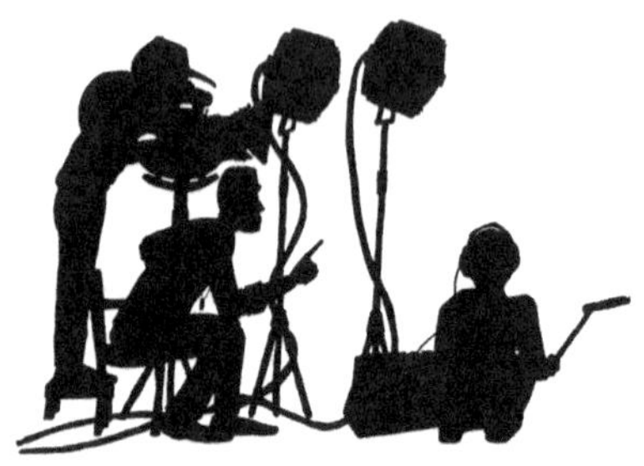

त्याला ऱ्हिदमस् आवडतात. ताल, लय, सूर, संगीत खूप आवडतं. म्हणून तर भारतीय सिनेमे खूप मोठ्या प्रमाणात पाहिले जातात. कारण त्यामध्ये श्रवणीय गाण्यांची आणि मधुर सुरांची अक्षरश: रेलचेल असते. अनेक चित्रपटातील विशिष्ट प्रकारची धून त्याला त्या चित्रपटाकडे खेचते.

राईट ब्रेनला ह्युमर किंवा जोक्स खूप आवडतात. त्यामुळे जगातला खूप मोठा प्रेक्षकवर्ग हा संपूर्ण आयुष्यात विनोदी चित्रपट जास्त बघतो. अगदी संपूर्ण चित्रपट विनोदी नसला तरीसुद्धा अधून मधून विनोदाचा तडका राईट ब्रेनला ताजातवाना करतो.

विशिष्ट पद्धतीचे डायलॉग्ज आणि त्याची सतत होणारी पुनरावृत्ती हा ही यातलाच एक महत्त्वाचा भाग. हिरो किंवा हिरॉईनच्या तोंडी असणारे वैशिष्ट्यपूर्ण शब्द आणि विशिष्ट पद्धतीने त्याची होणारी डिलिव्हरी यामध्ये राईट ब्रेन हमखास अडकतो. स्वतःला अडकवून घेतो. अशा वाक्यांचा वापर ही खूप जमेची बाजू आहे.

काही ठराविक कलाकारांच्या विशिष्ट स्टाईल्स असतात. कधी त्या एका चित्रपटापुरत्या मर्यादित असतात तर कधी त्या अनेक चित्रपटात रिपीट होतात. अशा प्रकारची वैशिष्ट्यपूर्ण ॲक्टिव्हिटी किंवा एक्शन

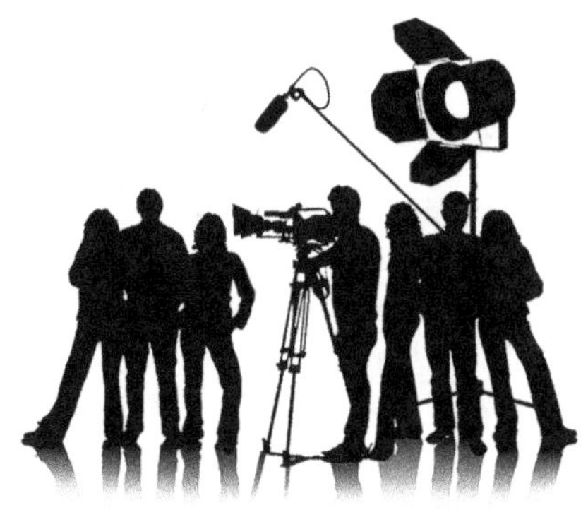

राईट ब्रेनला खूप प्रभावित करते आणि आपल्याकडे खेचते. परिणामी, अशा पद्धतीचे हिरो आणि सिनेमे प्रेक्षकांना आपल्याकडे ओढतात.

.

आणि सगळ्यात महत्त्वाची गोष्ट म्हणजे ड्रिम्स.. स्वप्नं..! ड्रिमिंग करायला राईट ब्रेनला खूप आवडतं. आपण जे जे ड्रिमिंग करतो, स्वप्नात बघतो, ते सगळं सिनेमात बघायला त्याला आवडतं. आणि असे ड्रिमिंगची रेलचेल असणारे सिनेमे म्हणजे राईट ब्रेनसाठी खूप मोठी मेजवानीच असते.

.

या सगळ्या गोष्टी ब्रेनशी रिलेटेड असल्या तरी प्रेक्षकांचे पाय चित्रपटाकडे वळवण्यात व तीन तास त्यांना खुर्चीत खिळवून ठेवण्यासाठी खूप महत्त्वाचे कार्य करतात.

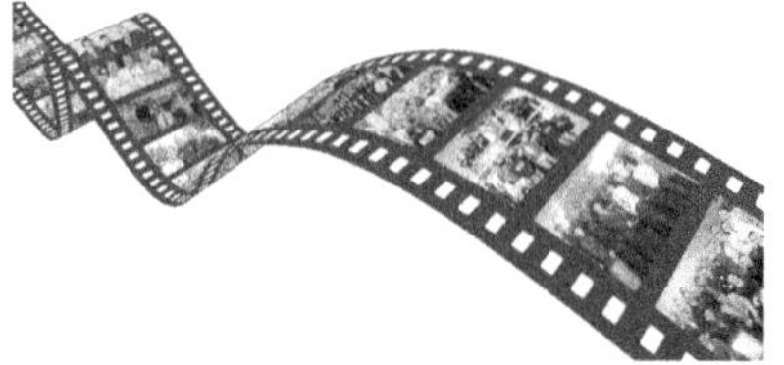

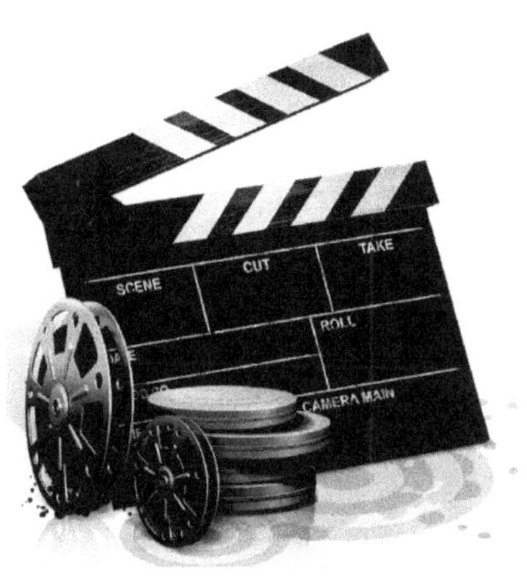

तेच ते बघून प्रेक्षक खूप कंटाळला आहे. जुन्याच लोकांकडून तेच ते प्रयोग सातत्याने होत आहेत. अशावेळी नवीन लोक तुम्हाला निश्चित काहीतरी नवीन देण्याचा प्रयत्न करतील. प्रेक्षकांची मागणी, नवोदितांना संधी आणि नाविन्याची निर्मिती सगळं काही एकाच प्रयत्नात करता येऊ शकतं.

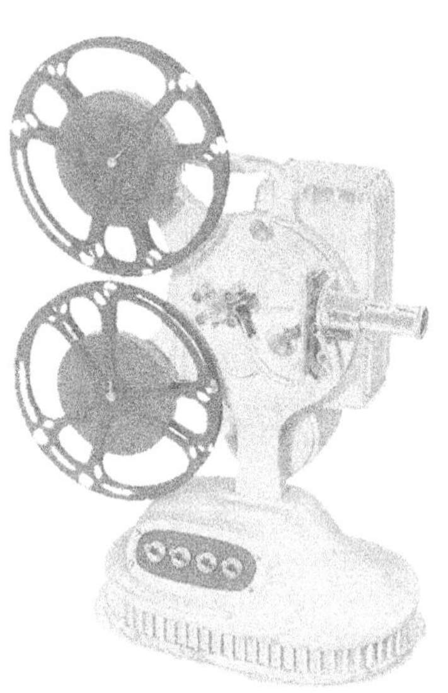

11

रुटीनपेक्षा वेगळं

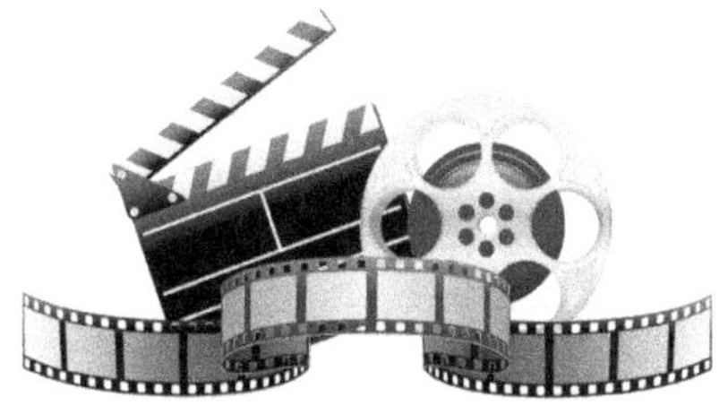

माणसाला नेहमी नाविन्याची आवड असते. प्रत्येकजण काहीतरी नवीन शोधत असतो. नवनवीन कल्पना, संकल्पना मानवी मनाला भुरळ घालत असतात. चित्रपटाच्या बाबतीत बोलायचं झालं तर एक गोष्ट हमखास बघायला मिळते, ती म्हणजे एखादा विशिष्ट सिनेमा जर हिट झाला तर त्यानंतर तशाच प्रकारच्या सिनेमांची लाटच येते. काही काळ प्रेक्षक तिकडे खेचला जातोही, मात्र तेच ते नेहमी सारखं रुटीन फ्रेम बघून त्यांचा भ्रमनिरास होतो.

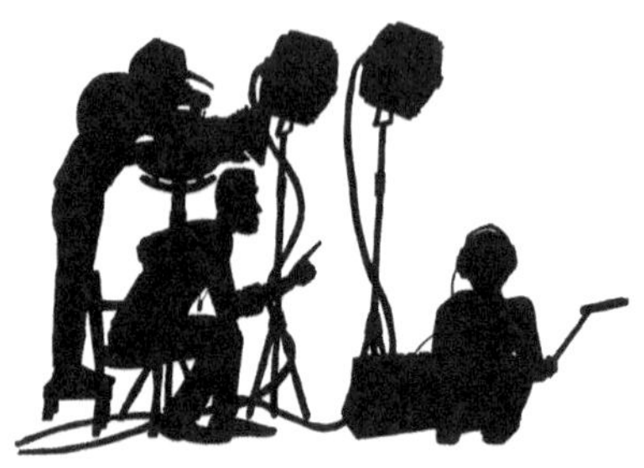

चित्रपट निर्मिती प्रक्रियेतला हा कळीचा मुद्दा आहे. आपण ज्यावेळी चित्रपट निर्मिती आणि त्याचा रिलिजिंग प्लॅन बनवत असतो, त्या काळात या गोष्टीचा अभ्यास होणं खूप गरजेचं आहे. एकतर तुम्ही जे दाखवायला, बनवायला निघाला आहात, ते या रुटीनच्या पठडीत बसणारं नक्कीच नसावं. कारण मग अपयश जवळ जवळ ठरलेलंच असतं. पण वेगळं काही असेल तर त्या त्या काळातल्या प्रेक्षकांच्या मानसिकतेचा अभ्यास करणं ही खूप महत्त्वाचं आहे.

एका विशिष्ट प्रकारच्या सिनेमाला जसा प्रेक्षक कंटाळतो, तसा तो विशिष्ट कलाकारांनाही कंटाळतो. रोज रोज तेच चेहरे पाहून त्यातलंही नाविन्य त्यानं गमावलेलं असतं. विशिष्ट कलाकारांकडून होणारी अदाकारी, त्यातही रिपिटेशन ओघानंच आलं. मग मानवी मन काहीतरी नवीन शोधण्याचा प्रयत्न करू लागतं. हीच वेळ असते त्याची इच्छा पुरी करण्याची, नवीन चेहरा देऊन, कधी नवीन स्टाईल देऊन.

हीच गोष्ट एकसारखं म्युझिक, सॉंग्जच्या बाबतीत ही घडते आणि प्रेक्षक मग सिनेमापासून आणखी दूर जातो. अशावेळी नवीन गीतकार-संगीतकार तुमची नक्कीच मदत करू शकतात. त्यांच्या जवळच्या गाण्यांचा फील लोकांना नवीन आल्हाद देऊ शकतो. तो फील त्यांना आवडू शकतो.

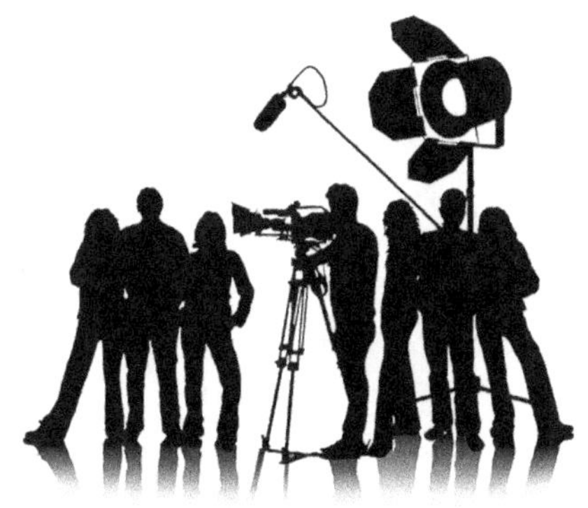

आणखी एक गोष्ट सर्रास दिसते चित्रपटाच्या कथानकाच्या आणि मांडणीच्या बाबतीत. नाव वेगळं, पात्रं वेगळी, मसाला वेगळा पण मन रमेल असं वेगळं यामध्ये काहीच नसतं. रुटीन पॅटर्न मधलेच सगळे सिनेमे वाटतात. जणू काही एकाच साच्यातले. अशावेळी वेगवेगळ्या कथा आणि त्यांची वैशिष्ट्यपूर्ण मांडणी, यामुळे प्रेक्षक खिळला जाऊ शकतो.

चित्रपटाची मांडणी करताना त्यामध्ये काही अनएक्स्पेक्टेड ट्विस्ट वापरले तर प्रेक्षक दंग राहू शकतात. अशावेळी आपल्याच कथेकडे त्रयस्थ म्हणून बघून अनेकवेळा तिच्या मांडणीचा पुनर्विचार केला गेला पाहिजे. यात नवीन कलाकार आणि तंत्रज्ञ यांनाही काहीतरी ट्रीट मिळेल.

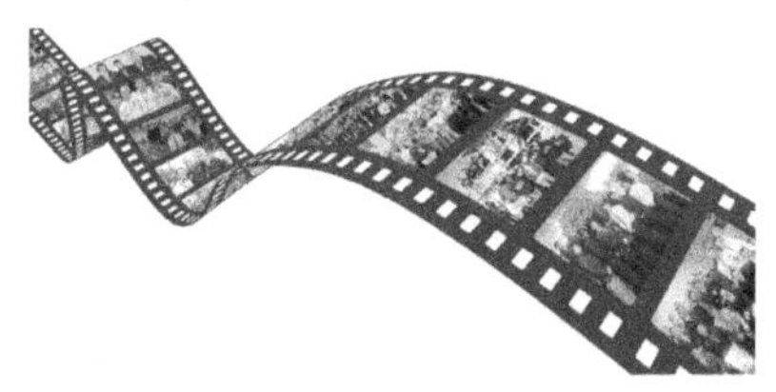

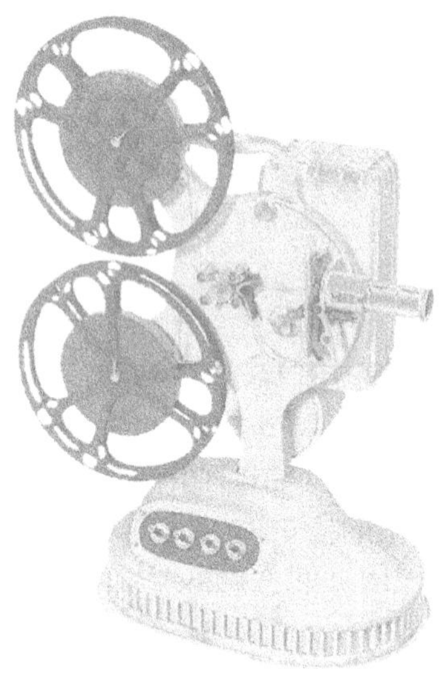

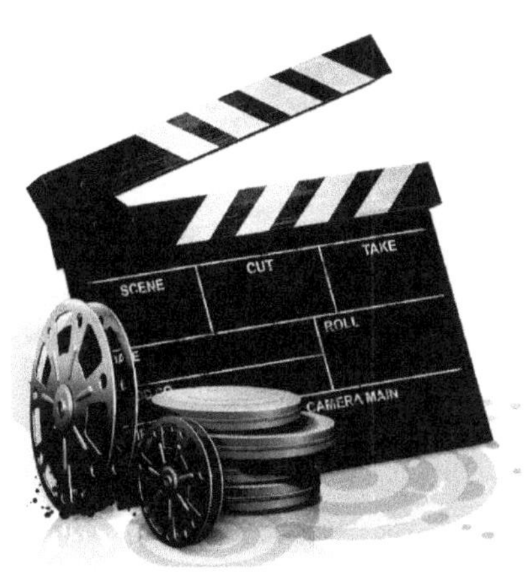

चित्रपट निर्मितीमध्ये अनेक टप्पे असतात. पण दिग्दर्शकाच्या मनातला सिनेमा हा एडिटिंग टेबलवरच तयार होत असतो. प्रत्यक्ष शूट आणि फायनल प्रॉडक्ट यात जमीन-अस्मानचं अंतर असतं. एक हुशार संकलक त्या सिनेमाला कितीतरी पट उत्कृष्ट बनवत असतो. मनातला सिनेमा त्याच्या टेबलवरच तयार होतो.

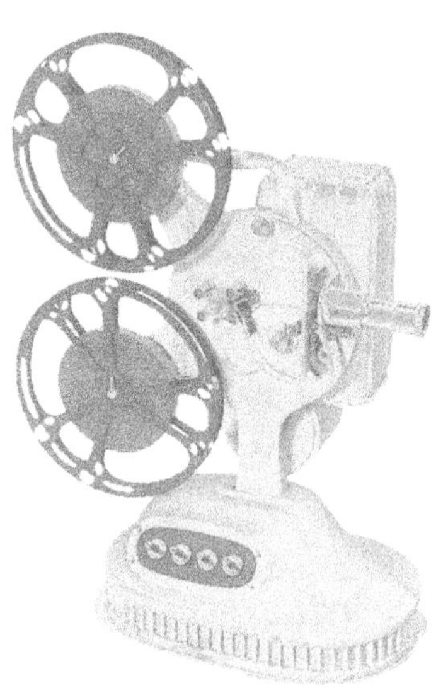

12

चित्रपट टेबलवरच तयार होतो.

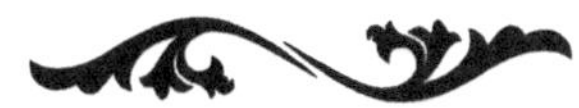

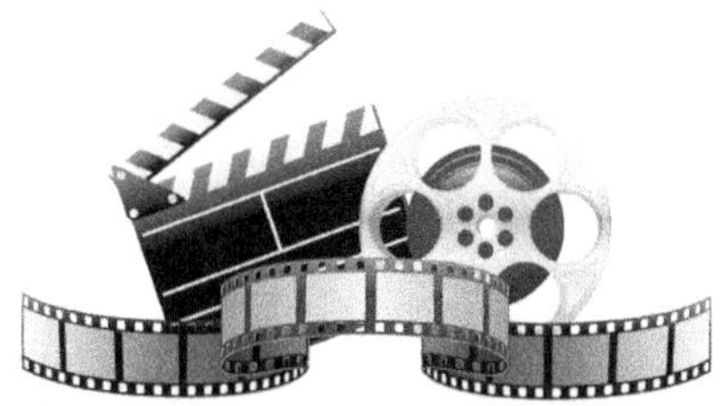

एक चित्रपट तयार होत असताना त्याच्या संकल्पनेपासून रिलिजिंगपर्यंत खूप मोठा प्रवास पार पाडावा लागतो. त्यामुळे मूळ संकल्पना, तिचे कथेमध्ये स्वरूप, मग पटावरती मांडण्यासाठी त्याची पटकथा, डायलॉग्ज, प्रत्यक्ष शूट, एडिटिंग आणि बरच काही..! या प्रवासात चित्रपट एका विशिष्ट वळणावर येऊन थांबतो.. ते म्हणजे एडिटिंग, संकलन कि जे एका रूममध्ये एडिटिंग टेबलवरती केले जाते.

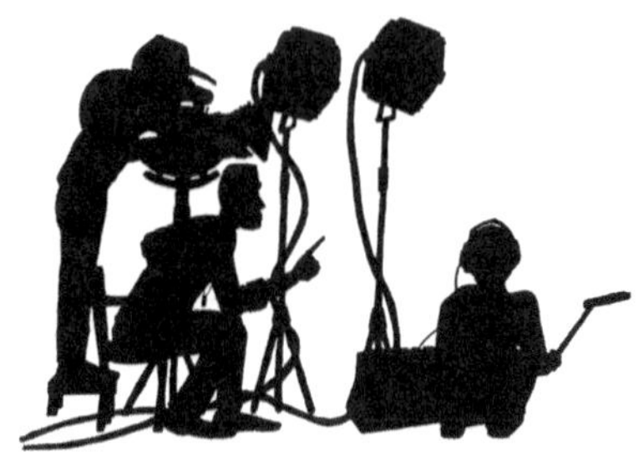

मित्रांनो, खरा चित्रपट इथेच तयार होतो. तुम्ही जे काही शूट केलं आहे, ते एका विशिष्ट साच्यात, योग्य पद्धतीने बसवण्याचा हा प्रकार असतो. नको असलेल्या गोष्टी काढून टाकायच्या आणि कमी असलेल्या गोष्टी ॲड करायच्या हे प्रत्यक्ष कामही इथंच होतं. शूट करत असताना अनेक चुका झालेल्या असतात. त्या ठोकून, मोडून- वाकवून इथंच सरळ केल्या जातात. चित्रीकरणाचे छोटे-छोटे तुकडे, डबिंग पॅचेस, बॅकग्राऊंड म्युझिक, साँग्ज हे सगळं इथंच मिक्स-अप केलं जातं आणि एक पूर्ण लांबीचा चित्रपट तयार केला जातो.

मला या गोष्टीत पडण्यापेक्षा जे सांगायचं आहे ते खूप महत्त्वाचं आहे. या सर्व प्रकरणात संकलकाची (एडिटर) भूमिका खूप महत्त्वाची आहे. एक हुशार संकलक अक्षरशः रफ मटेरीअलच सोनं करून देतो. अर्थात तो तितका हुशार आणि क्रिएटिव्ह असणं खूप गरजेचं आहे. एक चांगला एडिटर अत्युच्च दर्जाची निर्मिती करू शकतो. त्यासाठी त्याचं स्वतःचं वाचन, त्याचा व्ह्यु, दृष्टिकोन, मोठा आणि समृद्ध असणं महत्त्वाचं आहे. तांत्रिक बाजूत पारंगत असण्याबरोबर तो एक स्पेशल क्रिएटिव्ह पर्सन असणं खूप गरजेचं आहे. त्याच्या वैविध्यपूर्ण आयडियाज आणि संकल्पना चित्रपटाला अत्युच्च उंचीवर नेऊन ठेवतात.

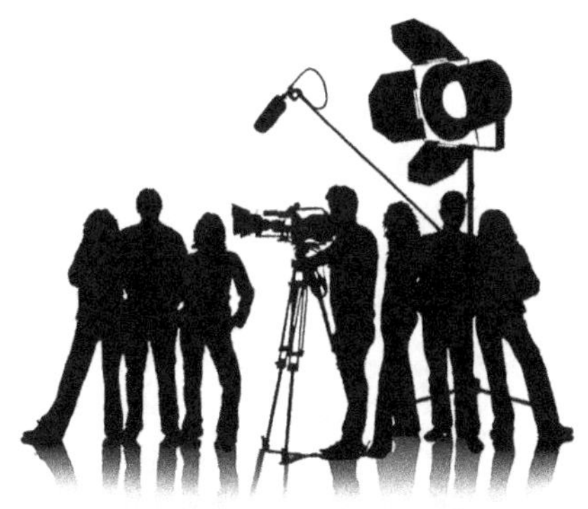

आणखी एक गोष्ट महत्त्वाची म्हणजे त्याचा डिरेक्टरशी असलेला समन्वय. त्याचा आणि डिरेक्टरचा ब्लू टूथ जर कनेक्ट झाला तर बस्स..! क्या बात है..!! प्रेक्षकांना काहीतरी जबरदस्त मिळालंच म्हणून समजा. दिग्दर्शकांना तो सिनेमा अनेकदा व्हिज्युअलाईज झालेला असतो. त्याच्या मनातला सिनेमा एडिटरला समजला, त्याला काय अपेक्षित आहे हे जर एडिटरला व्यवस्थित समजलं, तरच उत्कृष्ट सिनेमा तयार होऊ शकतो.

एडिटिंग करत असताना, बनता बनता अनेक संकल्पना सुचत असतात. त्या डिरेक्टरला सांगणं आणि दोघांच्या समन्वयातून एक अद्भुत कलाकृती निर्माण करणं खूप महत्त्वाचं असतं. कारण कितीही झालं तरी सिनेमा खरं तर एडिटिंग टेबलवरच तयार होतो.

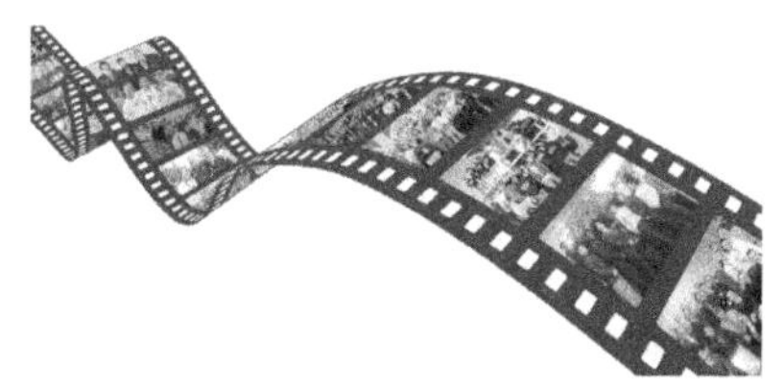

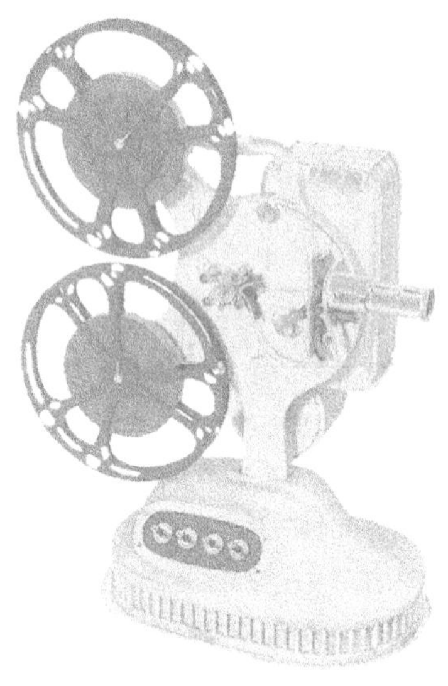

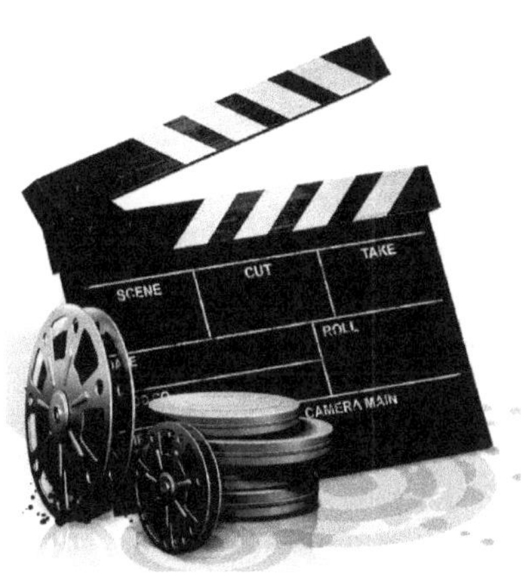

चित्रपटाचं प्रभावी टायटल हे चित्रपट यशस्वी होण्यासाठीचं महत्त्वाचं टूल आहे. मार्केटिंगसाठीचं ते एक प्रभावी साधन आहे. पण त्याचा म्हणावा तसा वापर केला जात नाही. मुळात टायटलवर जाणीवपूर्वक लक्ष द्यायला हवं. ते एक मॅग्नेट आहे. त्याच्यामध्ये प्रचंड आकर्षणशक्ती असते.

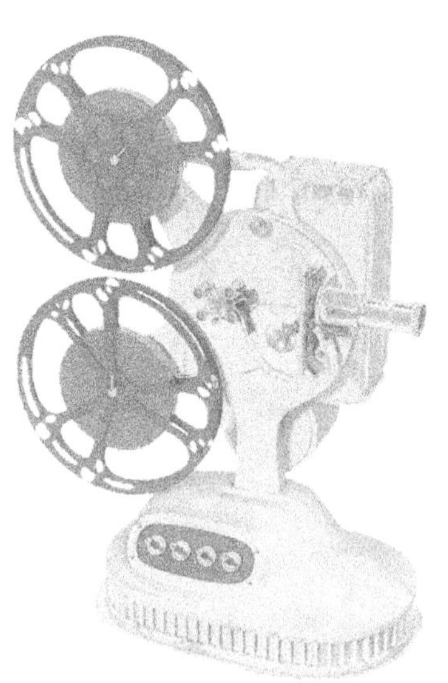

13

अल्ट्रा-हिप्नॉटिक टायटल्स

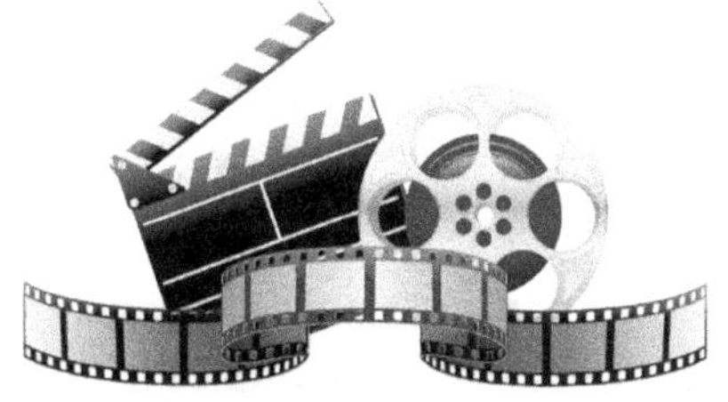

चित्रपटाचं टायटल - नाव - हेडिंग या विषयावर आजही आपल्याकडे तितकासा जाणीवपूर्वक विचार केला जातो, असं मला वाटत नाही. एक कथानक आणि आपल्या आवडीनुसार टायटल देण्याची पद्धत रूढ आहे. पण टायटल हा मार्केटिंगचा एक खूप महत्त्वाचा घटक आहे, ही गोष्ट पूर्णपणे बहुतेक वेळा दुर्लक्षली जातेय. फक्त निर्माता किंवा दिग्दर्शकाला आवडलं किंवा मूळ कादंबरीचं ते नाव आहे म्हणून तसंच किंवा त्याच्याशी रिलेटेड टायटल ठरविण्याची आजही पारंपरिक

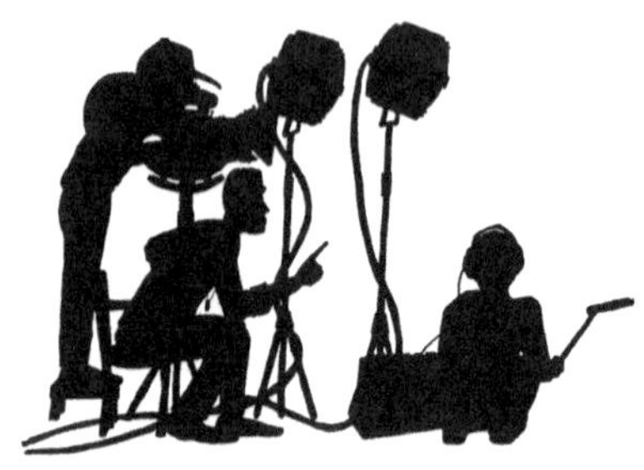

पद्धत आहे. अजूनही या गोष्टीकडे लोक गांभीर्याने बघत नाहीत किंवा त्यांना याबद्दल अज्ञान आहे.

।

एक सुंदर टायटल फक्त सुंदर आहे म्हणून ते प्रेक्षकांना थिएटरपर्यंत पोहचवेल असं नाही. ते सुंदर असण्यापेक्षा अधिक प्रभावशाली कसं असेल, ते खूप महत्त्वाचं. चालू ट्रेंड किंवा एखाद्या ट्रेंडला लोक वैतागले असतील तर खूप काळजीपूर्वक टायटल शोधावं लागतं. खरं तर प्राप्त परिस्थिती, चित्रपट नेमका कुणाला समोर ठेवून बनवलाय तो प्रेक्षकवर्ग, त्यांची आकलनशक्ती आणि कथानकाचा रोख, या गोष्टी नजरेपुढं ठेवून मग टायटलच्या बांधणीला सुरुवात करावी.

।

टायटलची बांधणी हा शब्दप्रयोग एवढ्यासाठी केला की, हे काय एका दिवसात करण्यासारखं काम नाही. विचार करता करता, फिल्म बनवता बनवता ती फिल्म जितकी भिनत जाईल तितकं टायटल अधिक समृद्ध होत जाईल.

।

खरं तर टायटल काय असावं यापेक्षा कसं असावं, याला खूप महत्त्व आहे. टायटल नेहमी अल्ट्रा-हिप्नॉटिक वर्डमध्ये असावं. अल्ट्रा-हिप्नॉटिक वर्ड म्हणजे काही काही शब्द असे असतात की ज्यांची मोहिनी मनावर सतत राहते. ते शब्द सहसा विसरलेही जात नाहीत

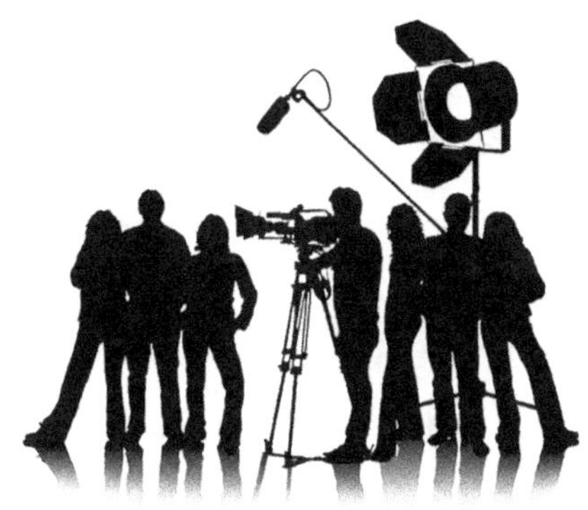

आणि सहज लक्षात राहतात. तो शब्द वाचताच काहीतरी वेगळं फील होतं. तो शब्द जरी अनेक शब्दांच्या मध्ये असला तरी चटकन लक्ष वेधून घेतो. तो उच्चारायला सुद्धा खूप मजा येते आणि ऐकायलाही छान वाटतं.

.

अशा पद्धतीचं टायटल असेल, भले ते मुख्य कथा प्रवाहाच्या सरळ दिशेत नसेल, थोडंसं बाजूने जाणारं असेल तरी चालेल, पण प्रेक्षकांना थिएटरकडे खेचण्यात ते नक्की यशस्वी होईल.

.

एकदा का असं टायटल मिळालं कि मग काम करण्यासाठीही एक मोठी ऊर्जा मिळते. अवतीभवतीचे सगळेच प्रोजेक्टकडे खेचले जातात आणि त्याचा जितका गजर करत राहाल तितकं ते अधिक फेमस होतं आणि प्रेक्षकांना खेचण्यात यशस्वी होतं.

.

लक्षात ठेवा, एक चांगलं टायटल म्हणजे चित्रपटाचं अर्ध यश. या गोष्टीकडे कधीही दुर्लक्ष करू नका. नेहमी अल्ट्रा-हिप्नॉटिक शब्दांच्या शोधात राहा. भले सिनेमा बनवत असाल किंवा नसाल.. नेहमी..!!

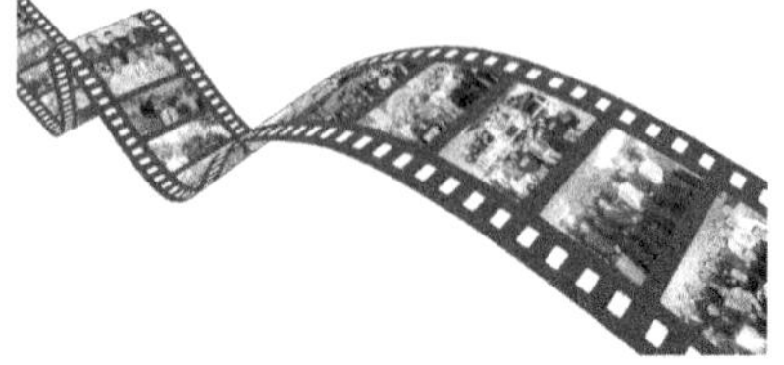

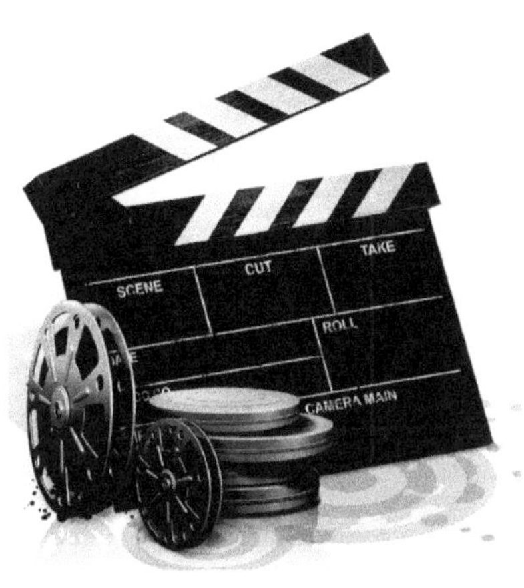

चित्रपट बनवत असताना जुनंच बघून त्याचप्रकारे अनेक लोक निर्मिती करत असतात. त्यातून वैशिष्ट्यपूर्ण असं काहीच निर्माण होत नाही. खूप कमी निर्माते आणि डिरेक्टर आहेत जे नवनवीन प्रयोग करताना दिसतात. स्वतःच्या कल्पनाशक्तीच्या जोरावर नवनिर्मिती आणि नवसंकल्पना करण्याचं धाडस दाखवलं पाहिजे. कारण या अशा प्रत्येक कलाकृतीचं स्वागतच होईल.

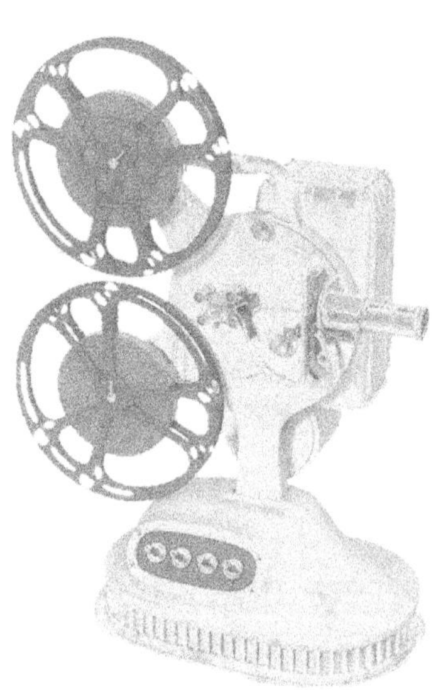

14

एक्स्ट्रॉ फ्रॉम मायसेल्फ

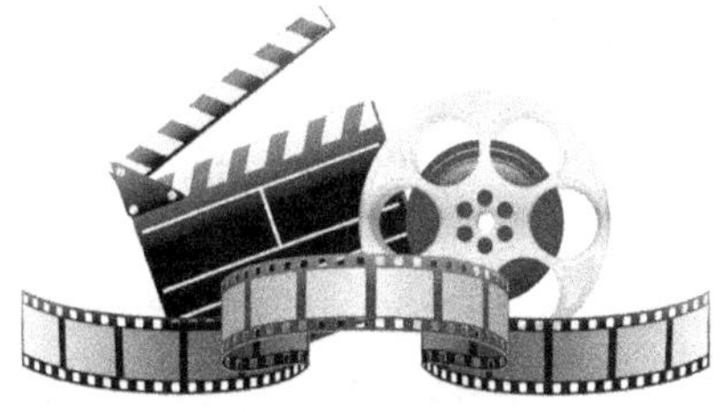

चित्रपट निर्मिती म्हणजे आव्हानांचा खेळ. समोरच्याला काय रुचेल, काय पचेल हे बघत स्वतःची अभिव्यक्ती प्रकट करण्याची ही तारेवरची कसरत. अनेकांना जमली. अनेकांना नाही जमली. कुणी मनापासून दिलं, कुणी व्यावसायिकरित्या मांडलं. पण चित्रपटसृष्टीनं जीवनाचे अनेक पैलू पाहिले, अनुभवले. प्रत्येक चित्रपटात काहीतरी डिफरन्ट सापडतच. अनेकविध प्रयोग करून सतत चित्रपट कसा बहरत जाईल, हाच प्रयत्न प्रत्येकानं केला आणि आज अशा टप्प्यावर आपण येऊन

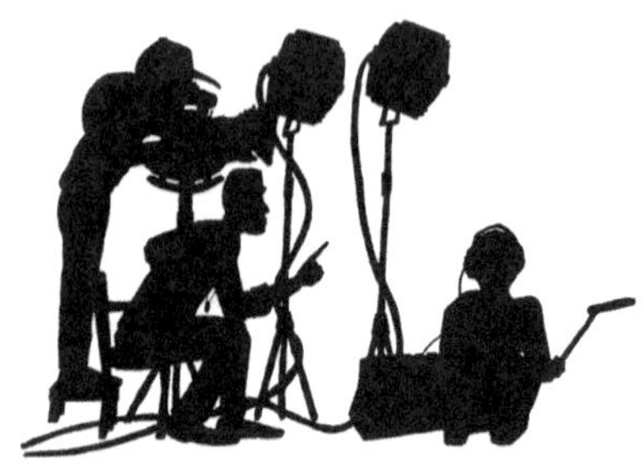

ठेपलो आहोत, कि या नवनवीन प्रयोग करण्याच्या प्रयत्नांमध्ये, पूर्ण नाही पण थोडीफार का होईना कमतरता, संथता आलेली दिसते, जाणवते.

एकसारखेच कथानक असलेले सिनेमे वारंवार येताना दिसताहेत. त्यातच हा रिमेकचा जमाना आहे असं सांगत मोठमोठे बॅनर आणि चांगले चांगले डिरेक्टर इकडचा चित्रपट तिकडं करण्यात गुंतलेत. यात वाईट काही आहे, असं मी म्हणत नाही. पण अगदी तंतोतंत उचलेगिरी करण्यापेक्षा त्यातही काही वैशिष्ट्यपूर्ण बदल किंवा काही हटके प्रयोग करणं गरजेचं आहे. पण असं करताना कुणी दिसत नाही.

आजचं युग हे डिजिटली ॲडव्हान्सडं, कॉम्प्युटरायजेशन आणि फास्ट सोशल मीडियाचं आहे. एका भाषेत तयार झालेले चित्रपट एव्हाना कैक भाषेतील प्रेक्षकांनी पाहिलेले असतात. मग अशावेळी एज इट इज रिमेक करण्यात काय पॉईंट आहे? अशावेळी कमीतकमी एक प्रामाणिक प्रश्न स्वतःला विचारला गेला पाहिजे.. व्हॉट इज एक्स्ट्रॉ फ्रॉम मायसेल्फ..? मी यामध्ये आणखी काय देऊ शकतो, कि जे माझं असेल, माझ्याकडून असेल.

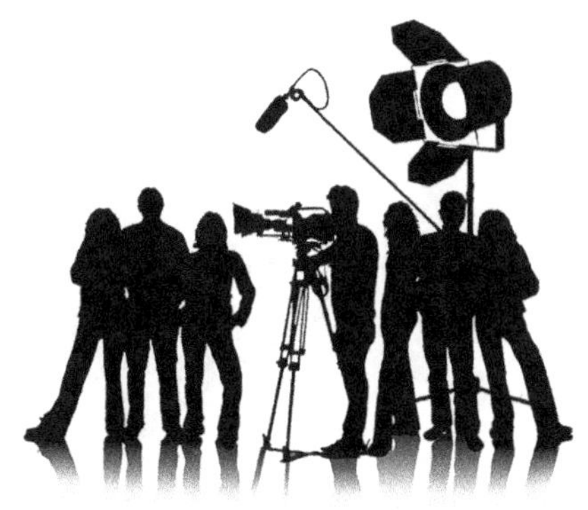

फक्त रिमेकच्याच बाबतीत मी हे बोलतोय असं नाही. अनेक नानाविध प्रयोग इंडस्ट्रीत केले गेले आहेत. प्रत्येकवेळी सिनेमा बनवत असताना 'ये रे माझ्या मागल्या' प्रमाणे रूढ अर्थानुसार, टेक्निकनुसार, पारंपारिक धाटणीनं सिनेमाची मांडणी करण्यात काय अर्थ आहे. आपल्या सिनेमात प्रत्येक गोष्ट नवीन असावी, असा अट्टाहास नसला तरी काही महत्त्वपूर्ण गोष्टी नवीन पद्धतीनं दाखवणं, मांडणं खूप गरजेचं आहे. जसं कि नवनवीन कॉश्च्युम्स, हेअरस्टाईल्स, कॅमेरा अँगल्स, चित्रं, चित्रीकरणाच्या हटके स्टाईल्स आणि या आधी कधी न पाहिलेले स्पेशल इफेक्ट्स, कॅमेरा मूव्हमेंट्स, स्टंट्स, खूप काही.

कथानकाची वैशिष्ट्यपूर्ण मांडणी हा ही त्यातलाच कळीचा मुद्दा आहे. इथपर्यंत न थांबता संपूर्ण विषयच कधीही न पाहिलेला, आतापर्यंत न झालेला, हे ही महत्त्वाचं आहे. इंडस्ट्रीतलं एक एक पाऊल दमदारपणे चालताना स्वतःच्या बुद्धीनं त्यामध्ये नाविन्याची भर घालणं खूप महत्त्वाचं आहे.

चित्रपट हे खूप अंग असलेलं एक बहुआयामी क्षेत्र आहे. या प्रत्येक अंगाचा विचार करता प्रत्येकात तुमच्याकडून काही ना काही

नाविन्यपूर्ण भर पडली तर इंडस्ट्रीला एक नवीन आयाम तयार होईल. त्यासाठी कमीत कमी एक प्रश्न रोज स्वतःला विचारला गेला पाहिजे.. 'व्हॉट इज एक्स्ट्रॉ फ्रॉम मायसेल्फ..?'

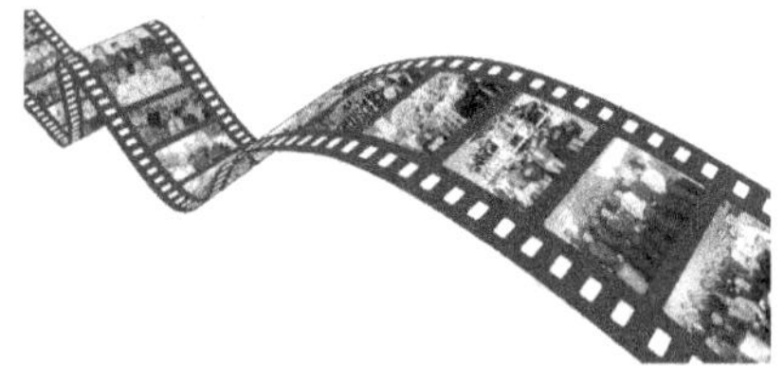

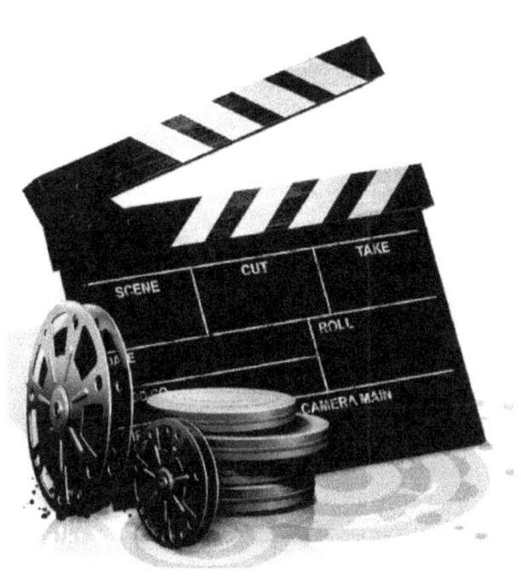

पडद्यावर दिसणारी चित्रं आणि येणारा आवाज या पाठीमागं काही तंत्रशुद्ध मानसिक आणि बौद्धिक संरचना असते. ती एकदा का समजून घेतली आणि त्याचा योग्य वापर केला तर हवा तसा परिणाम निर्माण करून प्रेक्षकांना पूर्णपणे जखडून टाकता येतं. त्यासाठी सिनेमा निर्मितीचं तंत्र विशिष्ट पद्धतीनं समजून घेण्याची गरज आहे.

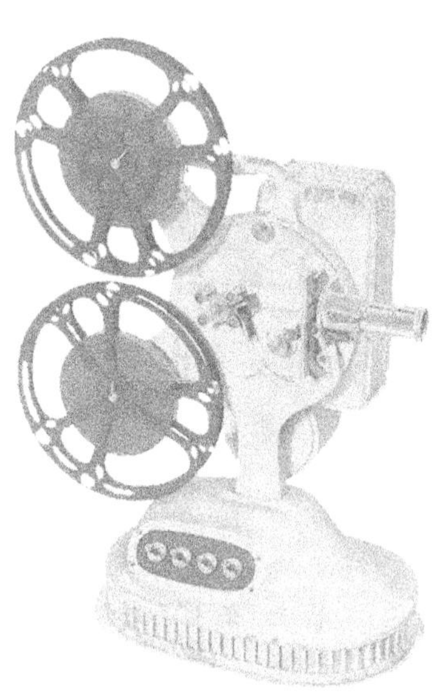

15

सिनेमा नेमका काय आहे?

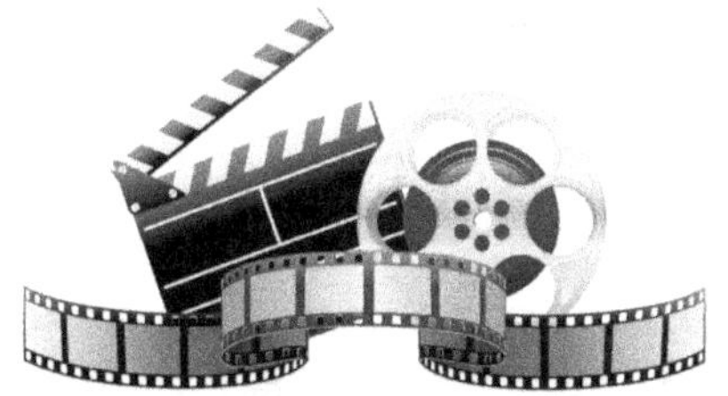

सिनेमा-सिनेमा म्हणून आपण जे काही म्हणतो ते नेमकं आहे तरी काय? निर्मिती क्षेत्रातल्या व्यक्तीला त्याबद्दल माहिती असणं खूप गरजेचं आहे. तरच तो त्याच्यामध्ये अनन्यसाधारण क्रिएटीव्हीटी करू शकतो. सिनेमा हे मनोरंजनाचं आणि माहिती प्रसारणाचं तंत्रशुद्ध माध्यम आहे. फारच तांत्रिक बाबीमध्ये न पडता निर्मितीशी संलग्न काही महत्त्वाच्या गोष्टीकडे लक्ष देऊ.

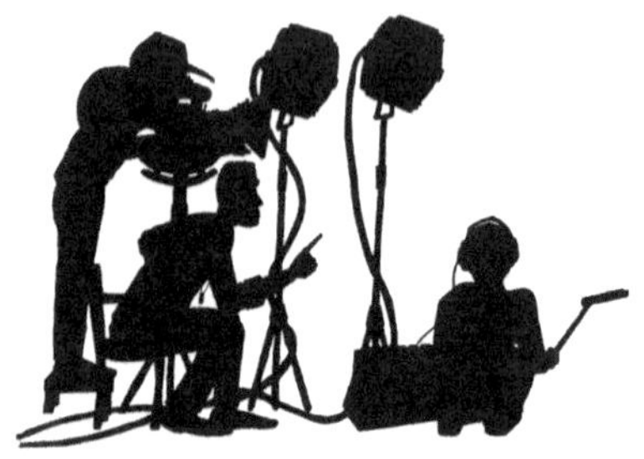

पडद्यावर आपण जी हलती-बोलती चित्रं बघतो ती म्हणजे प्रत्यक्ष स्थायी(स्थिर) चित्रांची एक मालिकाच असते. एक प्रवाह असतो. ज्यावेळी आपण एखादी फिल्म शूट करतो, म्हणजे काय होतं तर पूर्ण मोशन चित्रित होत नसते. तर प्रतिसेकंद मोठ्या प्रमाणात त्याचं स्थिर चित्रण केलं जातं. म्हणजेच फोटो काढले जातात असं म्हणूया.

ज्यावेळी आपण पडद्यावर सिनेमा पाहतो त्यावेळी ही स्थिर चित्रं प्रतिसेकंद चोवीसच्या वेगानं आपल्या नजरे समोरून प्रवाहित होत असतात. एक चित्र बघतोय न बघतोय तोवर दुसरं येतं. मग तिसरं, चौथं.. फ्रॅक्शन ऑफ सेकंद हे सगळं घडत असतं. एक चित्र आपण पाहतो, ते काही क्षण आपल्या चक्षु-पटलापुढं असतं, तोवर त्याच्याच पुढचं जरासा बदल असलेलं चित्र येतं. पहिला संदेश मेंदूपर्यंत पोहोचण्याआधी दुसरा संदेश येतो आणि मन:पटलावर आणि चक्षु पटलावर एक एक्शन घडताना दिसते. आपणाला स्थिर चित्रांचा हलता सजीव देखावा पाहावयास मिळतो.

आपल्या मेंदूशी फार गुंतागुंतीचा संबंध असलेला हा विषय आहे. एखाद्या चित्रपटाची सुरुवात वाळवंटाची चित्रं दाखवण्याने होते. मग उंट दिसतात, मग वाळवंटातील वेशभूषा घातलेली लोकं दिसतात आणि थोड्या वेळानं दोन किंवा अनेक व्यक्तींचं चाललेलं संभाषण दिसतं. पण

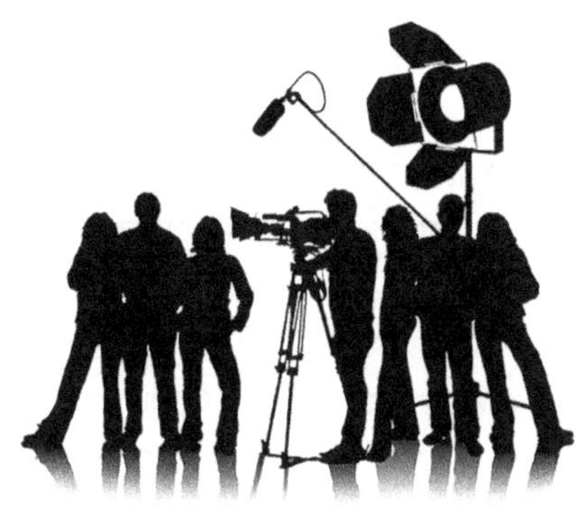

यावेळी या संभाषणात सहभागी लोकांचे फक्त चेहरेच दिसतात. ते ही इतके क्लोज कि, भुवया आणि हनुवटी मधलाच भाग. अर्ध्यापेक्षा जास्त सिनेमा असाच क्लोज टू क्लोज चित्रित केलेला असतो. गमतीचा भाग म्हणजे वाळवंटातला भाग सोडला तर संपूर्ण सिनेमा आपल्याकडील लोकल भागात चित्रित झालेला असतो. पण आपणाला साधी कल्पना ही येत नाही. आपणाला वाटतं हे सगळं वाळवंटातच चाललंय. याचं कारण आपला माईंडसेट तसा होतो.

.

ज्यावेळी आपण वाळवंट पाहतो, उंट पाहतो आणि तशीच वेशभूषा, त्यावेळी तो संदेश मेंदूच्या एका कोपऱ्यात पोहचला जातो. त्यावेळी दुसरीकडून त्याच्याशी संबंधित या आधी ऐकलेली, पाहिलेली, साठवलेली माहिती पुढे येते आणि मानवी मन एका काल्पनिक विश्वात अडकतं. त्यालाच म्हणायचं माईंडसेट तयार होणं. आणि मग तो सिनेमा वाळवंटातच चालू आहे असं वाटत राहतं.

.

मनाच्या आणि चित्रीकरणाच्या या गोष्टी लक्षात घेतल्या तर प्रत्यक्ष एखाद्या ठिकाणी जाऊन शूट करण्याची गरज नाही. काही ठराविक क्लृप्त्या त्या त्या ठिकाणांची सतत जाणीव करून देत

राहतील. खास करून पिरॉडिक फिल्ममध्ये विशिष्ट कालखंड दाखवताना, याचा अधिक प्रभावी उपयोग करता येतो.

हे सगळं करत असताना विशिष्ट पद्धतीची धून किंवा बॅकग्राऊंड म्युझिक सतत मेंदूला आणि मनाला त्या त्या कथानकात, कालखंडात, विशिष्ट अवस्थेत किंवा परिस्थितीत अडकवून ठेवत असतं. हे मुळातच दृक्-श्राव्य माध्यम असल्यामुळे आणि त्याचा डोळे, कान, मेंदू आणि मन यांशी फार जवळचा संबंध असल्याने निर्मिती दरम्यान काही विशिष्ट वस्तू, आवाज आणि आयडियाज वापरून हवा तसा परिणाम साधता येतो.

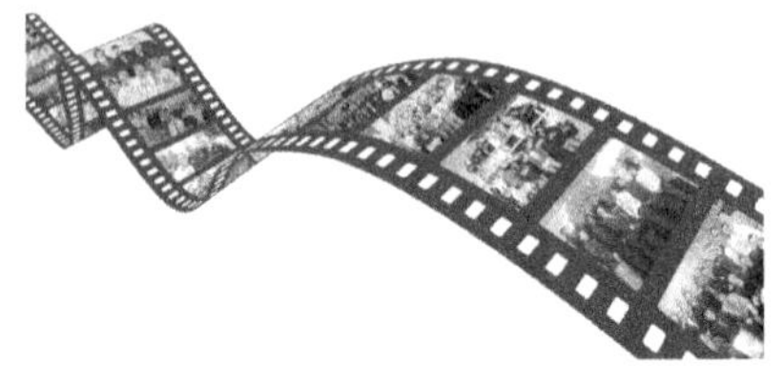

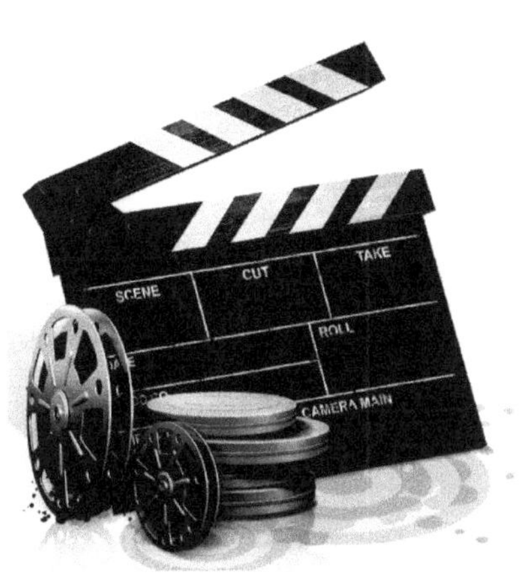

अभिनय क्षमता असण्यापेक्षा ती विकसित करणं खूप महत्त्वाचं आहे. प्रत्येकालाच महागड्या क्लासेसला आणि कोर्सेसला जाणं शक्य होईल असं नाही. प्रत्येकासाठी नाटकांचे ग्रुप मिळणंही शक्य नाही. पण उपजत कलेला वाव देण्यासाठी स्वतःच स्वतःला पैलू पाडणं गरजेचं आहे. त्यासाठी सातत्य आणि कष्ट करण्याची गरज आहे.

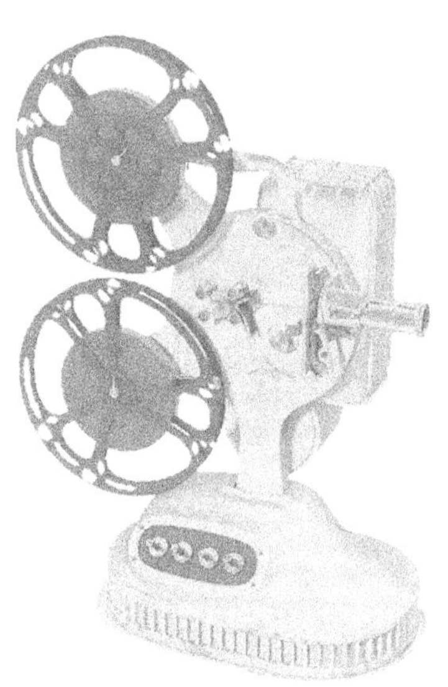

16

एक्टिंग मॅटर्स

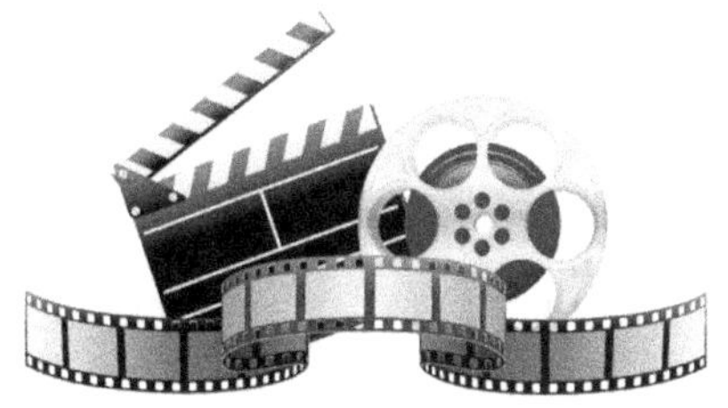

चित्रपट निर्मितीतलं कलाकार आणि अभिनय हे सर्वात मोठं अंग. एक उत्तम अभिनेता असणं किंवा एखाद्या जवळ उत्तम अभिनय क्षमता असणं ही खरंच खूप मोठी देणगी आहे. काही लोकांना जात्याच, उपजतच हे लेणं लाभलेलं असतं आणि अशा लोकांच्याकडे सहज सुंदर अभिनयाची खास शैली पाहावयास मिळते. हे सगळं जरी खरं असलं तरी या अभिनय क्षेत्रात जर एखाद्याला करिअर करावसं वाटत असेल तर..?

निश्चितच मित्रांनो असं वाटणं हे सुद्धा खूप भाग्याचं लक्षण आहे. खूप सुंदर फिल्ड आहे हे. तितकंच स्ट्रगलचं ही. मित्रांनो, अभिनय

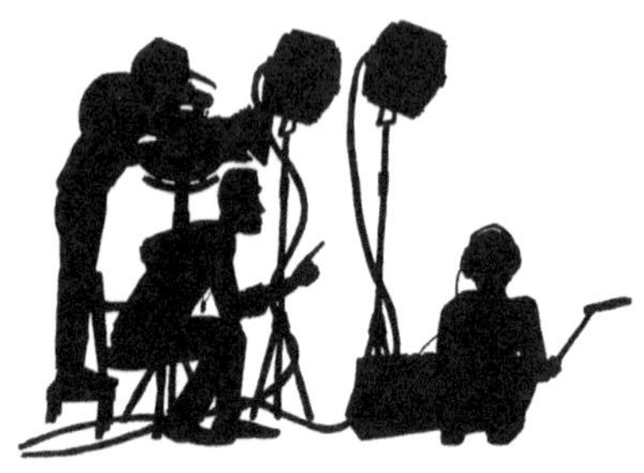

शिकवणाऱ्या संस्था, कोर्सेस हे सगळं या जगात उपलब्ध आहेच, पण आज ही आपल्याकडे या क्षेत्राकडे पूर्णवेळ करिअर म्हणून खूपच मर्यादित लोक बघत आहेत. तुम्ही पण कदाचित त्यातलेच एक असाल. मग आपण काय करायचं..?

.

तुम्हाला अशा संस्था, कोर्सेसमध्ये जाणं शक्य असेल तर उत्तम. पण जर शक्य असेल किंवा नसेल तरी काही खास आयडियाज तुम्ही निश्चित वापरू शकता.

.

मित्रांनो, अभिनय क्षेत्रात करिअर करत असाल तर प्रचंड आणि वैविध्यपूर्ण वाचन हे ओघानंच आलं. त्याच्याशिवाय तुम्ही प्रगल्भ होऊच शकत नाही. तुमची स्पष्ट वैचारिकता आणि मुद्देसूद विचारांची मांडणी आणि त्यांची बैठक पक्की होऊच शकत नाही. वैविध्यपूर्ण वाचनाशिवाय अनेकविध लोकांच्या जीवनशैली, त्यांचं वागणं, बोली-चाली, चालीरीती, इतिहासातील परंपरा इ. गोष्टी समजू शकत नाहीत. या सगळ्या गोष्टी अभिनयात खूप प्रभावी ठरतात.

.

दुसरी महत्त्वाची गोष्ट म्हणजे ऑब्झर्व्हेशन. अनेक लोकांना अभिनय करताना ऑब्झर्व्ह करणं ही खूप प्रभावी पद्धत आहे. साधारणतः आपण जी गोष्ट ऑब्झर्व्ह करतो ती आपोआप आत्मसात

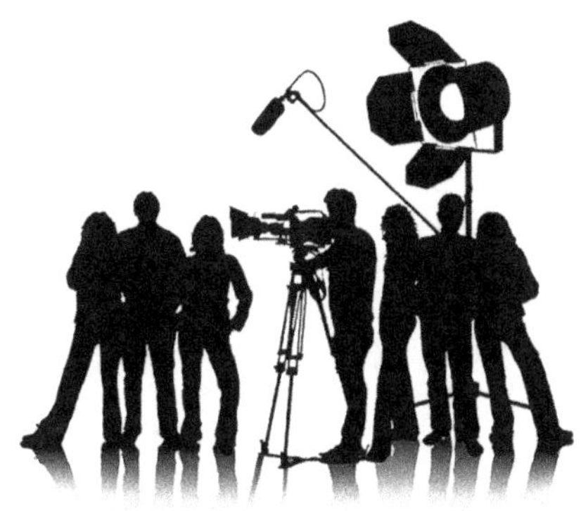

होत असते. हि खूप सोपी पद्धत आहे. यासाठी जास्तीत जास्त वेळ जाणीवपूर्वक विविध अभिनेत्यांना ऑब्झर्व्ह करणं गरजेचं आहे.

नवोदित कलाकारांसाठी बुजरेपणा हा एक मोठा अडसर होऊ शकतो. अशावेळी प्रत्येक कलाकारानं आपल्या घरी किंवा रूममध्ये एक मोठा आरसा लावणं खूप फायदेशीर ठरतं. आरशात पाहून अभिनय करणं ही एक खूप मजेशीर आणि विश्वासार्ह पद्धत आहे. स्वतःच्या डोळ्यात डोळं घालून केलेला अभिनय आपणाला एका विशिष्ट उंचीवर नेऊन ठेवतो.

ज्याला अभिनय करायचा आहे तो प्रत्येकजण स्मार्ट किंवा हँडसम या संज्ञेत बसेलच असं नाही. चित्रपटातल्या हिरो किंवा हिरॉईन सारखा सुंदर चेहरा आणि शरीर प्रत्येकाजवळ नसतं. अशावेळी मनात न्यूनगंड न बाळगता स्वतःला जरा व्यवस्थित ऑब्झर्व्ह करा. कित्येक कलाकार, ज्यांच्याकडे चेहराच काय पण साधी पर्सनॅलिटी ही 'वेल' या सदरात मोडणारी नसताना, या क्षेत्रात त्यांनी उत्तुंग यश मिळवलंय. फक्त यशच नाही तर लोकांच्या मनावर अधिराज्य गाजवलंय.

सगळ्यात पहिल्यांदा तुम्ही स्वतःवर प्रेम करा, स्वतःला जसं आहे तसं स्वीकारा. 'एक्सेप्ट एज इट इज'. मग पहा लोकं तुमच्यावरही प्रेम करतील आणि तुमच्या अभिनयावरही. पण जर तुमचं स्वतःचच स्वतःवर प्रेम नसेल तर इतरांकडून काय अपेक्षा करणार.

.

प्रत्येक अभिनेत्यासाठी स्वतः विषयीचा आदर आणि सेल्फ इमेज ही गोष्ट खूप मॅटर करते.

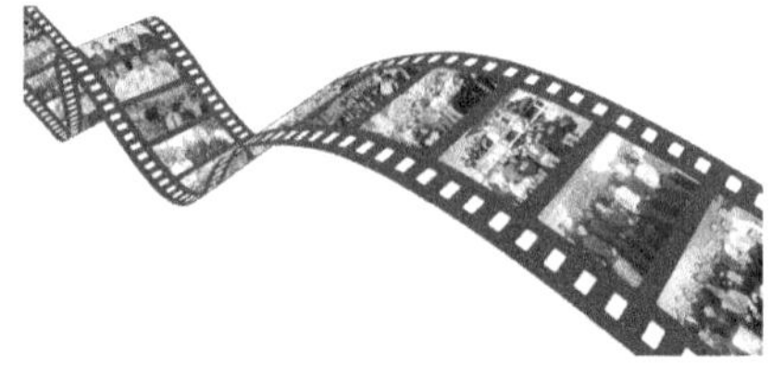

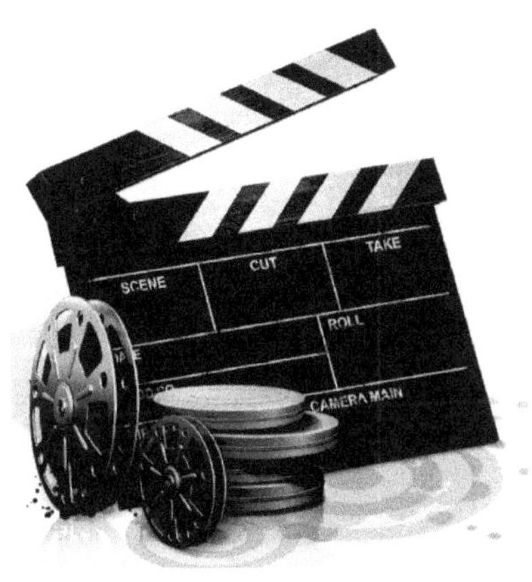

मानवी स्वभावानुसार, अनेक लोकं एकत्र काम करू लागली की त्यांच्यात तेढ निर्माण होते. अनेकवेळा 'संख्या' ही एकमेकांमध्ये नियंत्रण आणि वचक ठेवण्यात बाधा निर्माण करते. या सगळ्यांमुळं एकूणच संपूर्ण चित्रपटाच्या निर्मितीवर परिणाम होतो आणि हे बहुतांशवेळा अनेक चित्रपटांच्या बाबतीत घडतं.

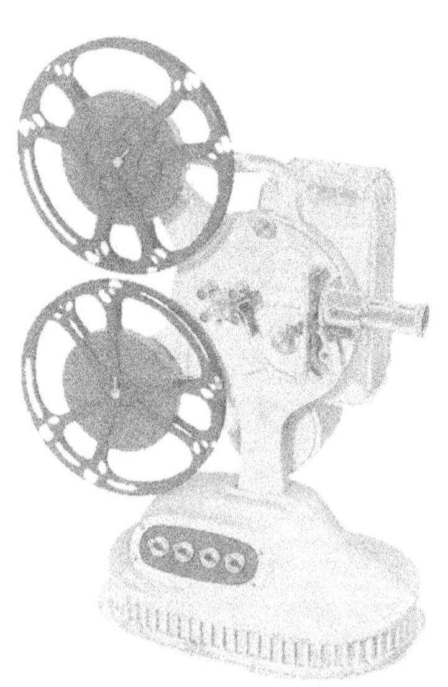

17

कलेक्टिव्ह इफेक्ट अँड को-ऑर्डिनेशन

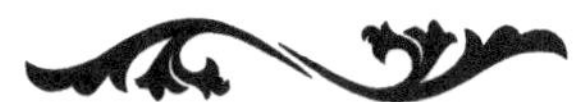

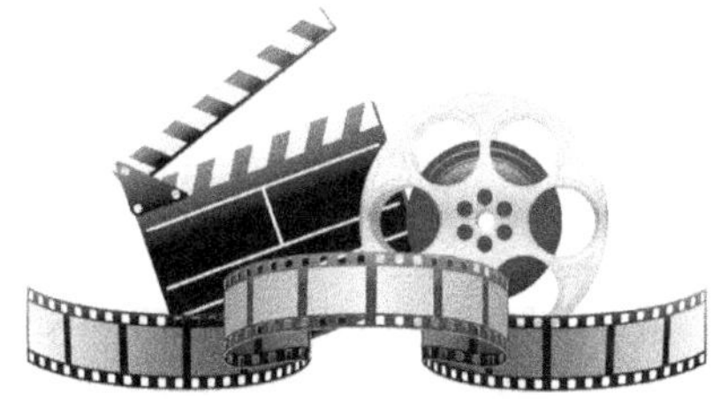

चित्रपट निर्मिती हे सर्वस्वी टीम वर्क आहे. जरी त्याचा मुख्य सुकाणू हा डिरेक्टरच्या हातात असला तरी, एकूणच टीमनं केलेलं कार्य आणि त्यांची कार्यक्षमता यावरच सगळं काही अवलंबून असतं. अनेकदा असं दिसून आलंय की, उत्कृष्ट कलाकार, दर्जेदार कथानक आणि अद्ययावत तांत्रिक सहाय्य असूनदेखील अनेक चित्रपट सुमार दर्जाचे बनलेत. संपूर्ण चित्रपटभर एक विस्कळीतपणा जाणवतो आणि एका चांगल्या चित्रपटाचं मातेरं होतं.

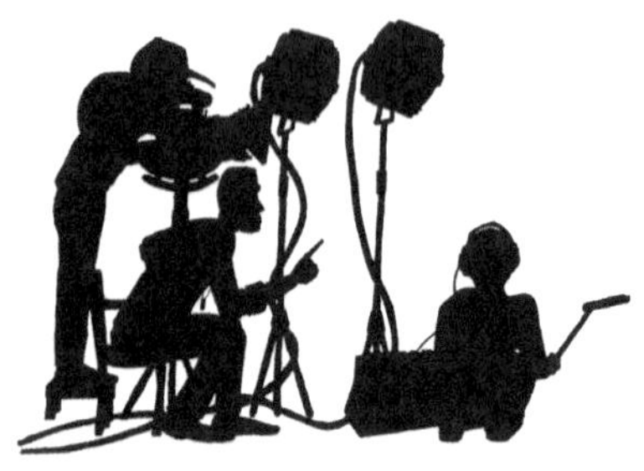

प्रत्येकवेळी याला कारणीभूत किंवा दोषी डिरेक्टरलाच धरलं जातं आणि ते योग्यही आहे. पण शेवटी कुठल्याच डिरेक्टरला असं वाटणार नाही की, चित्रपट खराब व्हावा. जरी सगळ्यांवर कमांड ठेवण्याची आणि काम उत्कृष्ट होईपर्यंत करून घेण्याची जबाबदारी त्याची असली तरी एकूणच प्राप्त परिस्थितीचा त्याच्यावरही परिणाम होत असतो.

प्रोड्यूसरचा बजेटमुळे असलेला दबाव आणि अकार्यक्षम किंवा कामचुकार लोक, अंतर्गत राजकारण, कलाकारांचे नखरे, टाईमबाॅन्ड, इतर टेक्निकल आणि व्यावहारिक अडथळे या सर्व गोष्टींचा कलेक्टिव्ह इफेक्ट त्याच्यावर व पर्यायानं चित्रपटावर होत असतो. त्याची जबाबदारी डिरेक्टरवर फोडणं, एकवेळ मान्य करूया. पण एकूण प्राॅडक्ट त्याच्या हातातून सुटून जातं, त्याला जबाबदार फक्त एकच व्यक्ती असू शकत नाही. किंबहुना ते तसं नसतंच.

ज्यावेळी टिमवर्कचा भाग येतो, त्यावेळी रिस्पाॅन्सीबिलिटी ही डिव्हाईड होते. क्रिएटीव्हीटी ही डिव्हाईड होते. एकमेकांमधलं को-ऑर्डिनेशन कसं आहे, त्यांचे रिलेशन्स कसे आहेत, ते एकमेकांना सपोर्टिव्ह आहेत का? हा भाग अत्यंत महत्त्वाचा आहे. प्रत्येकानं आप-आपली जबाबदारी व काम प्रामाणिकपणे निभावलं, तर एकूण कलेक्टिव्ह इफेक्ट हा उत्कृष्टच असेल.

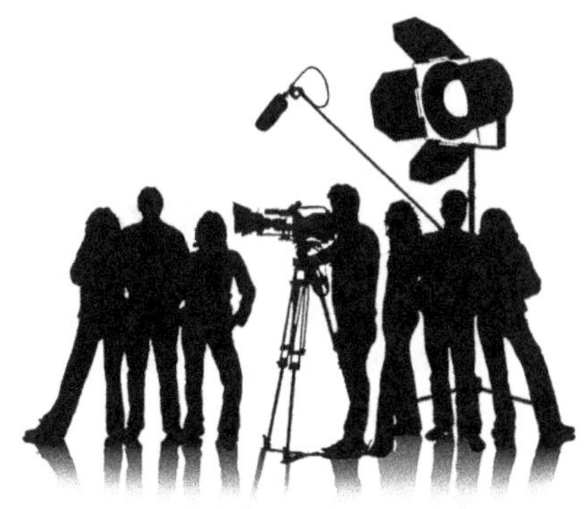

एकदा का फिल्म प्रेझेंट(रिलीज) झाली की मग त्यामध्ये बदल होत नाही आणि त्यावेळी हळहळून किंवा एकमेकांकडे बोटं दाखवून ही उपयोग होत नाही. एका उत्कृष्ट फिल्मसाठी टीमवर्क आणि टीम खूप महत्त्वाची गोष्ट आहे.

.

कमर्शिअली काम करत असताना बऱ्याचवेळा प्रोफेशनल लोक आपलं काम व्यवस्थित करतात. पण मानवी स्वभावानुसार, अनेक लोक एकत्र काम करतात त्यावेळी हेवेदावे, रुसवे-फुगवे घडतातच आणि मग जाणीवपूर्वक किंवा अजानतेपणे कामाच्या क्वॉलिटीवर परिणाम होतो.

.

या सगळ्या गोष्टींचा विचार करता जाणीवपूर्वक एकमेकांत अंतर राखणं, रिलेशन्स मेंटेन करणं गरजेचं आहे. तरच एका उत्कृष्ट फिल्मची निर्मिती शक्य होईल.

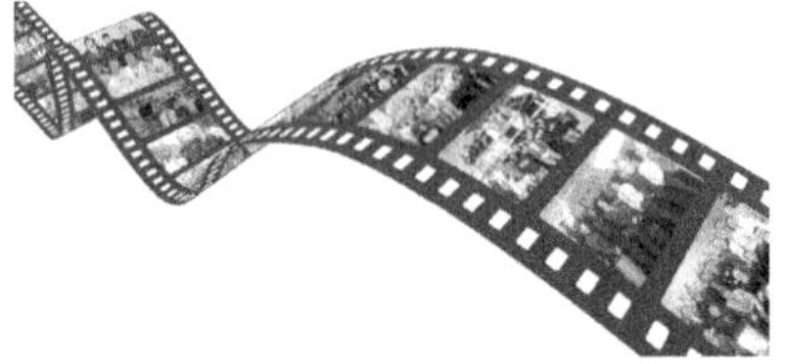

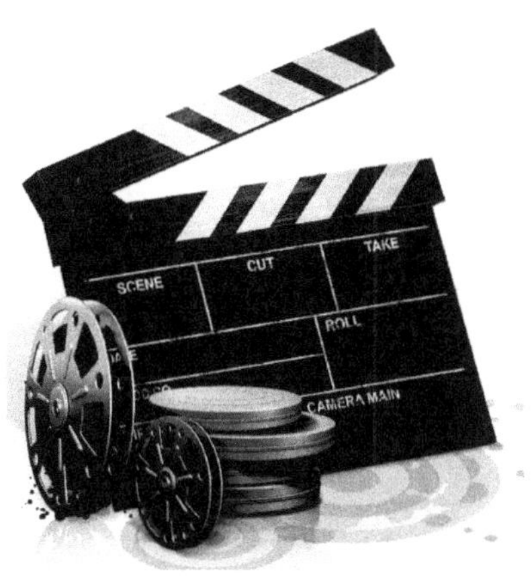

दोन तीन तासांची निखळ करमणूक, हाच एक मूळ उद्देश प्रेक्षकांचा असतो. त्यात नवीन आणि खास काहीतरी पहायला मिळावं अशीही अपेक्षा असते. आपण पहायला निघालेला चित्रपट चांगला असावा, असंच प्रेक्षकांना वाटत असतं, कारण काही झालं तरी शेवटी तो करमणुकीसाठी भुकेला असतो.

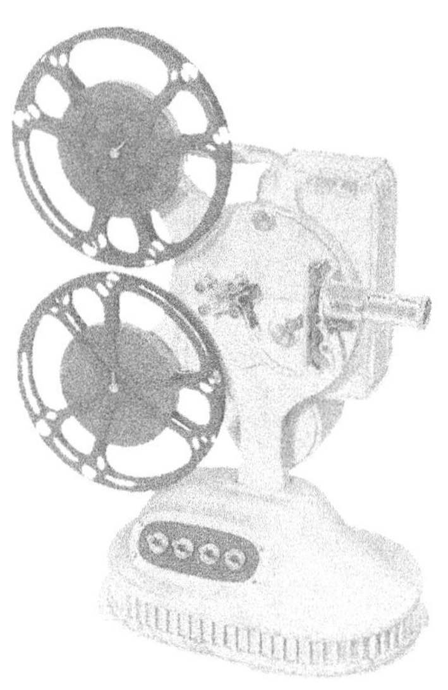

18

एंटरटेनमेंट..
एंटरटेनमेंट..
एंटरटेनमेंट.

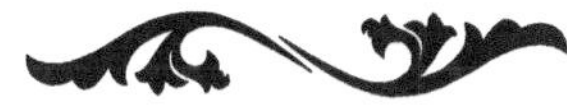

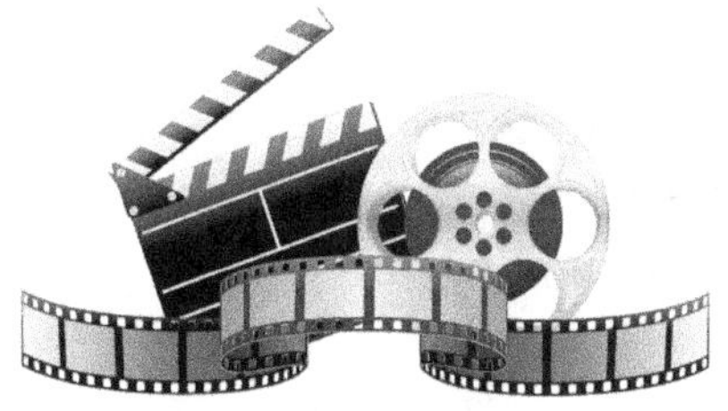

काहीही झालं तरी प्रेक्षक चित्रपटगृहात येतो, त्या पाठीमागं एकच कारण असतं.. मनोरंजन. थकल्या जीवाला, रंजल्या जीवाला आराम देण्याचं काम जणू काही सिनेमा करत असतो. कुणी बँकेत असतो, कुणी शिक्षक असतो, कुणी उद्योजक तर कुणी शेतकरी. वेळात वेळ

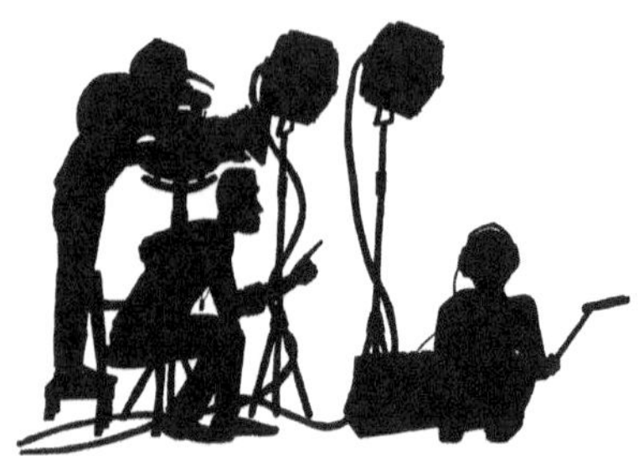

काढून औट घटकेचं सुख शोधण्यासाठी तो तिथं येतो. तिथं आल्यावर तुम्ही फक्त हसवावं आणि अजिबात रडवू नये, असं काही त्याचं म्हणणं नसतं. दोन ते तीन तासांची फक्त निखळ करमणूक त्याला हवी असते.

.

कुणी परीक्षेचं टेन्शन रिलीज करायला आलेला असतो, तर कुणी परीक्षा असतानाही आपल्या लाडक्या हिरो किंवा हिरॉईनचा फर्स्ट-डे, फर्स्ट-शो बघण्यासाठी. अपेक्षा फक्त एकच असते.. चांगलं मनोरंजन व्हावं. मग तो ही दाद द्यायला कमी पडत नाही. बघून आल्यावर कित्येक दिवस कॉलेजच्या कट्ट्यावर आणि चौकातल्या अड्डयावर भरभरून बोलायला ही मागे-पुढे बघत नाही.

.

लोकं चित्रं काढतात, मूर्त्या बनवतात, पुस्तकं लिहितात. नाना छंद आणि नाना तऱ्हा करतात, पण कुठल्याही कलेला किंवा व्यवसायाला एवढा लोकाश्रय मिळाला नाही, जेवढा चित्रपटाला मिळाला. रांगेत उभं राहून, स्वतःच्या पैशानं तिकीट काढून, प्रसंगी त्यासाठी मन मारून, काम बुडवून, उपाशी राहून लोकं पडद्याकडे डोळं लावून बसतात. चित्रपट सुरु होईपर्यंतच्या दोन एडव्हरटाईज बघताना कधी एकदा तो सुरु होतोय म्हणून अधीर होतात, एवढी क्रेझ आणि उत्साह तुम्ही क्वचितच एखाद्या कलेसाठी बघितला असेल.

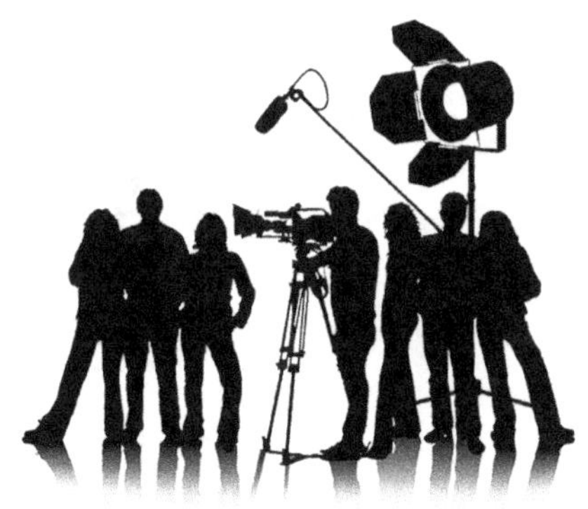

मला काहीतरी चांगलं बघायला मिळेल आणि मिळावं एवढीच माफक अपेक्षा असते. या गोष्टीची जाणीव सिनेमा निर्माता आणि दिग्दर्शकांना असायला हवी. आपल्यावर एवढं भरभरून प्रेम करणाऱ्या माय-बाप प्रेक्षकांची हौस पुरी करण्याची जबाबदारी मग निर्माता-दिग्दर्शकावर येऊन ठेपते.

प्रत्येकाच्या आवडी-निवडी वेगळ्या असतात. कुणाला एक्शन आवडते, तर कुणाला श्रवणीय गाणी, तर कुणाला आणखी काही. प्रत्येकवेळी त्याच्या आवडीचच सगळं काही समोरच्या चित्रपटात असेल असं नाही. पण प्रोमो किंवा ट्रेलर पाहून आत आलेल्या प्रेक्षकांचं त्या चित्रपटाबद्दल काहीतरी गणित असतंच. त्याच्या मनात आशा-अपेक्षा असतात. अन् कमीतकमी त्याचा भ्रमनिरास आणि विश्वासघात होऊ नये, असं त्याला वाटत असतं. मग निर्माता-दिग्दर्शकांनी त्याबाबतीत अधिक सजग असलेलं केव्हाही चांगलं.

आपल्या प्रॉडक्टवर भरभरून प्रेम करणाऱ्या प्रेक्षकांची अपेक्षा पूर्ण करण्यासाठी प्री-प्रॉडक्शन ते रिलिजिंग पर्यंत निर्माता-दिग्दर्शकांनी स्वतःच्या डोळ्यांवर प्रेक्षकांचा चष्मा लावावा, याशिवाय पर्याय नाही.

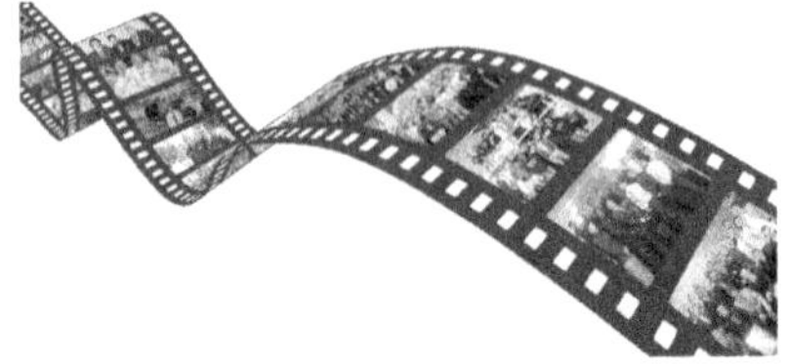

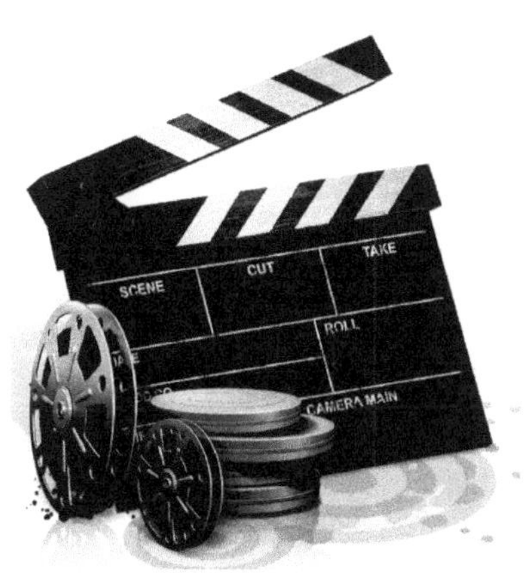

चित्रपट हे अत्यंत प्रभावशाली माध्यम आहे. त्याचा, त्यामध्ये दाखवलेल्या प्रत्येक गोष्टीचा प्रभाव समाजावर होत असतो. मग ती फॅशन असो किंवा बिभीत्सपणा. आपल्या संवेदना एवढ्या ही बोथट होऊ देऊ नका की समाजाचं अतोनात नुकसान होईल. पर्यायी प्रतीकांचा वापर करा. चित्रपट हितकारक करा, विघातक नको.

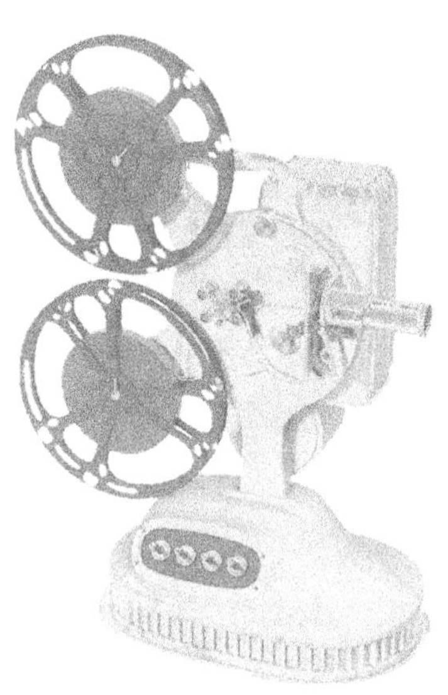

19

सेल्फ सेन्सॉरशिप

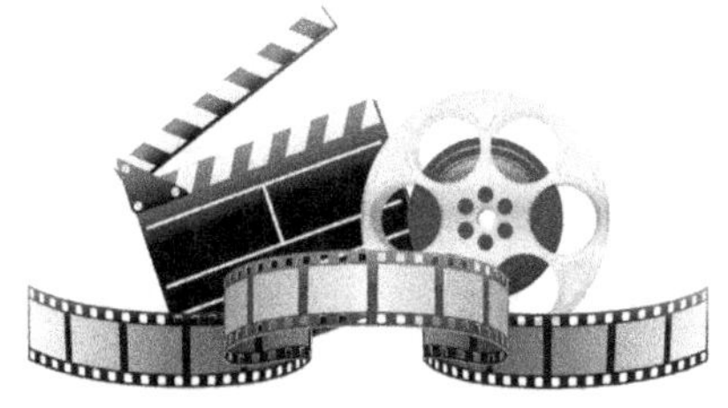

काळ बदलतो, तशी दुनियाही बदलते. त्यानुसार आवडी निवडी, राहणीमान आणि अपेक्षाही बदलतात. जुनं ते सोनं असलं तरी मॉडर्नायजेशन जीवनाचा प्रत्येक भाग व्यापून टाकतं. जी कधीकाळी फॅशन होती, आज ते जुनं आउट ऑफ एज होतं, ओल्ड फॅशन बनतं आणि नवचं काहीतरी समोर येतं. या सगळ्याचा परिणाम मग चित्रपटावर झाला नसता तर नवल.

खरं म्हणजे लोक असं म्हणतात की आधी कुठलीही गोष्ट चित्रपटात येते, मग ती फॅशन असू दे किंवा अन्य काही. अन् मग जनमानसांत

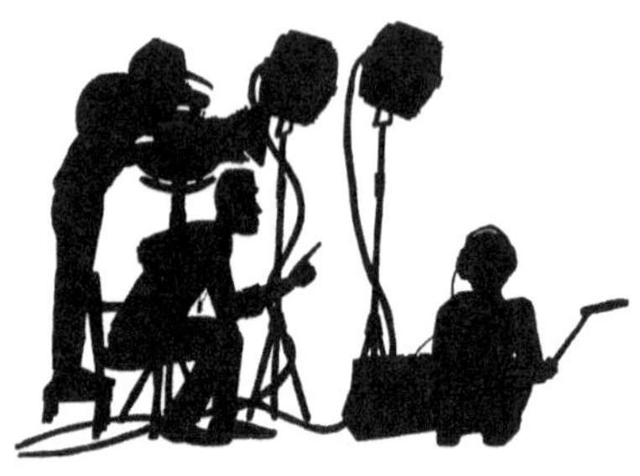

रुजतं आणि खरं ही आहे ते. कारण जनमानसावर प्रभाव टाकणारं माध्यम आहे हे.

काळ बदलला तसं चित्रपटाचे नीती-नियमही बदलले. बदलत्या फॅशन बरोबर झाडामागं लपून पाठीला पाठ लावून उभे असलेले हिरो-हिरॉईन आणि हिरोच्या हाताचा स्पर्श होताच चटकन लाजून चार हात पुढं सरकणारी हिरॉईन, हे पाहणं ही प्रेक्षकांना कंटाळवाणं आणि नीरस वाटू लागलं. बदल तर हवा..!! पण दोन फुलांच्या वरून अलगद बाजूला होऊन हिरो-हिरॉईनच्या डोळ्यातलं पवित्र प्रेम टिपणारा कॅमेरा, काळाच्या ओघात बिभीत्स आणि ओंगळवाणे वाटणारे बेडसीन कधी कॅच करू लागला, कुणाला कळलंच नाही.

संपूर्ण चित्रपट कारकिर्दीत एखादं तरी चुंबन दृश्य मिळावं म्हणून तडफडणारे नायक केव्हाच गायब होऊन, डिप किसला मागे टाकत, अंतर्वस्त्रापर्यंत हात घालणारे, नायक आणि तसं करायला लावणारे निर्माता-दिग्दर्शक कधी अवॉर्ड विनर बनले, हे ही कळलंच नाही.

दोष चित्रपटाचा आहे का? माध्यमाचा आहे का? चित्रपट हा समाजाचं प्रतिनिधित्व करतो, मग हे समाजातून आलं का..? चित्रपट हे सामाजिक व्यवस्थेचं प्रतिबिंब असतं, मग हे त्या व्यवस्थेतून आलं का? का

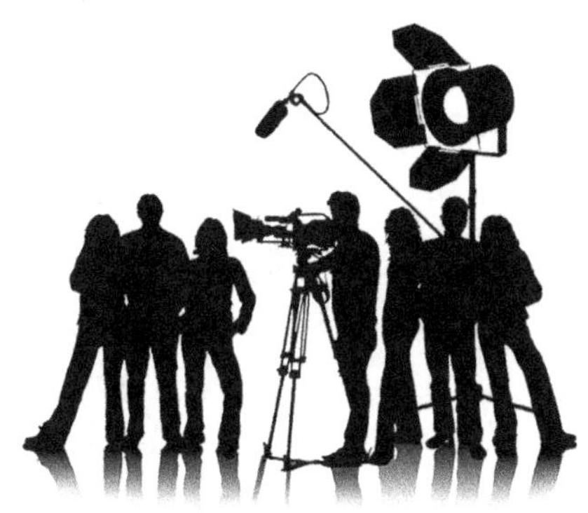

चित्रपटाचा गल्ला वाढावा म्हणून अंगावरून अलगद वस्त्र बाजूला करावं तसं हळूहळू दबक्या पावलानं निर्माता-दिग्दर्शकांनी हे केलं?

मग एवढ्या टोकाला हे सगळं जाईपर्यंत यावर कुणाचं नियंत्रण नव्हतं का? सेन्सॉर बोर्ड झोपलं होतं का? की सेन्सॉर बोर्डाचे नियम बोथट झाले होते? का समाजच एकदम संवेदनाहीन झाला होता की समाजालाच(प्रेक्षकांना) ते हवंहवंसं वाटत होतं..?

मित्रांनो, काहीही झालं तरी चित्रपटाचा समाजावरचा प्रभाव अतिशय मोठा आहे. आपण जे दाखवतोय ते बिभीत्स तर नाही ना? यामुळे काही अघोरी आणि अघटित अशा घटनांना वाढण्यास मदत तर होत नाही ना? याचं चिंतन करणं गरजेचं आहे. नसेल व्यवस्था बदलणं शक्य, पण मी बदलेन. मी माझी स्वतःची सेन्सॉरशिप ठेवेन, असं नाही का वाटत तुम्हाला..? का काहीतरी कमावण्याच्या नादात आपणही संवेदनाहीन, संवेदना शून्य बनलोय.

एक गोष्ट लक्षात ठेवा, अनेक प्रतिकात्मक गोष्टींनी हे सगळं दाखवता येईल, लोकांनाही ते आवडेल. कारण पूर्ण नग्नता कुणालाच

आवडत नाही. चित्रपट निर्मिती करताना प्रोड्युसर-डिरेक्टरनी स्वतःची सेल्फ-सेन्सॉरशिप का ठरवू नये..? आणि काय पाहावं आणि काय पाहू नये, ही पण एक सेन्सॉरशीपच आहे की..!!

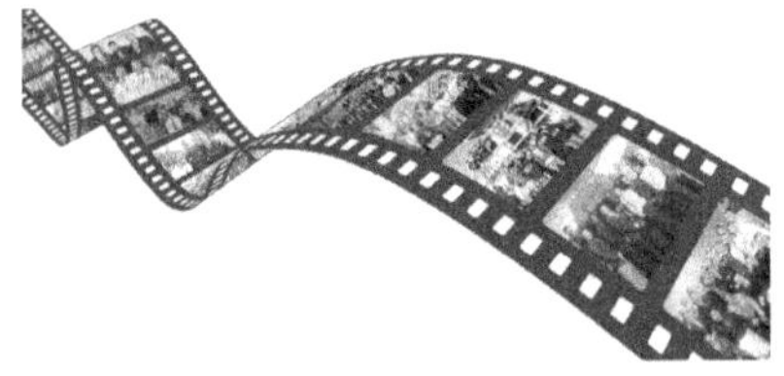

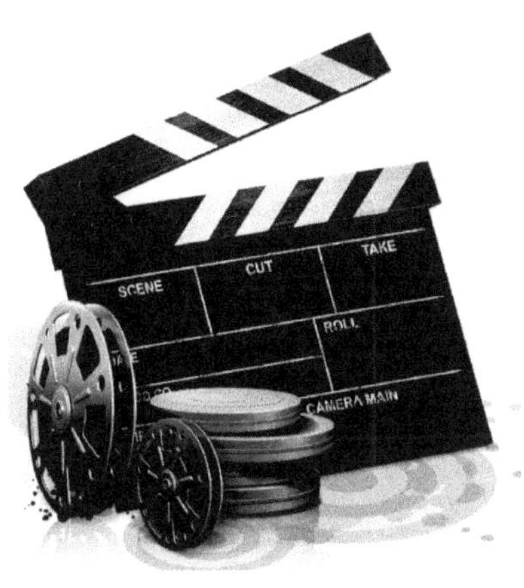

बरेचशे चित्रपट निर्मिती प्रक्रियेतच किंवा रिलिजिंगच्या अलीकडं एका पायरीवर येऊन अडकताहेत. बरेचशे रिलीज झालेले, ठराविक लोकांपर्यंतच पोहचताहेत. खरं म्हणजे कलाकृती जास्तीत जास्त लोकांपर्यंत पोहचण्याचं काम झालं पाहिजे. जरी अवघड असलं तरी 'एकमेकां सहाय्य करू' या न्यायानं याच क्षेत्रातल्या मंडळींनी नवोदितांना हातभार लावला पाहिजे.

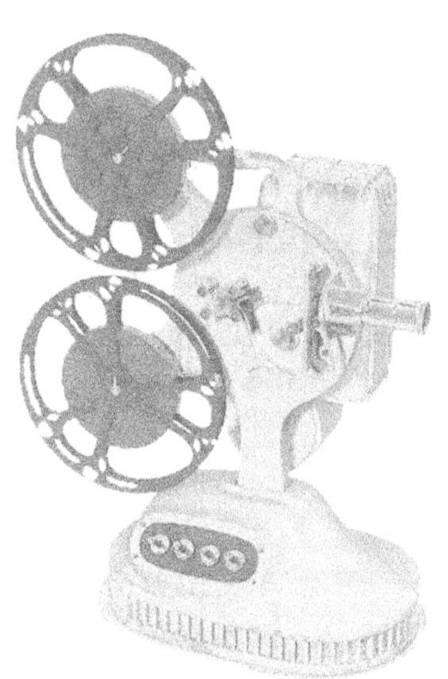

20

रिलीज होणं खूप महत्त्वाचं..!!

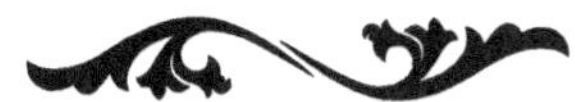

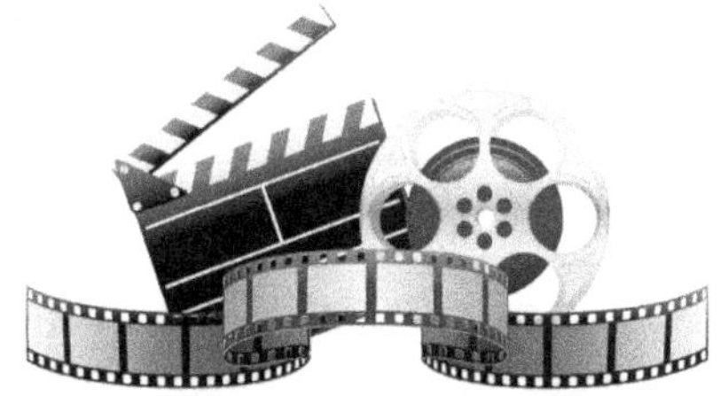

चित्रपट निर्मिती हा एक वेगळा भाग आहे आणि चित्रपट रिलीज करणं हे वेगळं काम आहे, असं मला वाटतं. एकवेळ चित्रपट निर्मिती करणं हे सोपं आणि स्वस्त काम असू शकतं. पण रिलिजिंग ही मोठी किचकट, क्लिष्ट आणि महागडी प्रोसेस आहे.

अर्थात एखादं मोठं बॅनर किंवा अर्थसहाय्य पाठीशी असेल तर गोष्ट निराळी आहे. पण हा विषय इथं सांगण्याचं कारण म्हणजे वर्षाकाठी

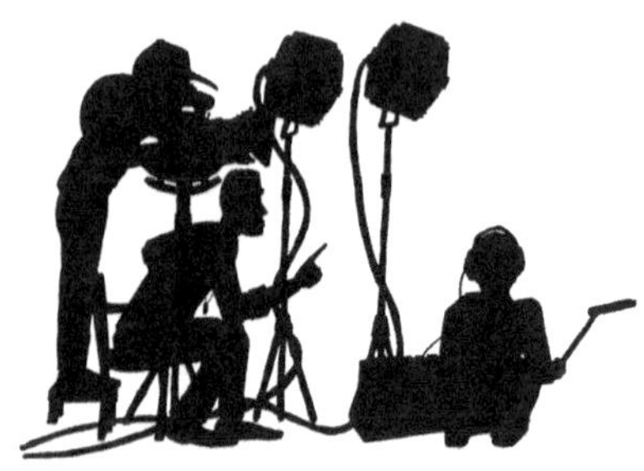

अनेक चित्रपटांची निर्मिती होते पण त्यातले रिलीज मात्र फारच थोडे होत आहेत. हे एक विदारक वास्तव आहे.

किततरी सिनेमे वर्षानुवर्षे तयार होऊन तांत्रिक बाजूंमुळे किंवा अर्थसहाय्य आणि अनेक छोट्या मोठ्या कारणांमुळे डब्यात बंद आहेत, रिलीज व्हायचे आहेत. बरं, वर्षाकाठी जे शेकडाभर सिनेमे(मराठी फक्त) रिलीज होताहेत, ते तरी तुम्हाला माहित होत आहेत का? मुळीच नाही. कारण यातले बरेच लोकल एरियातल्या एखाद-दुसऱ्या किंवा एखाद्या प्रादेशिक विभागातील काही थिएटरपर्यंतच थांबताहेत. हाताच्या बोटांवर मोजण्याऐवढे किंवा त्यापेक्षा थोडे जास्त मोठ्या बॅनरचे सिनेमे आपल्यापर्यंत पोहचताहेत.

मोठ्या बॅनरचं ठीक आहे. पण अनेक नवखे, नवोदित किंवा लहान-सहान निर्माते, डिरेक्टर आणि छोट्या ग्रुपचे प्रयत्न मात्र मर्यादित कक्षेत राहताहेत किंवा बंद डब्यात..! मित्रांनो, खरंच ही मोठी समस्या आहे. कारण यातले कित्येक चित्रपट अतिशय उत्कृष्ट दर्जाचे अवॉर्ड विनिंग लेव्हलचे असतात.

बऱ्याचवेळा उत्साहापोटी, थोड्याफार पैशात किंवा भांडवल-तंत्रज्ञांची जमवाजमव करून अनेक चित्रपट बनवण्याचा प्रयत्न होतोय, केला

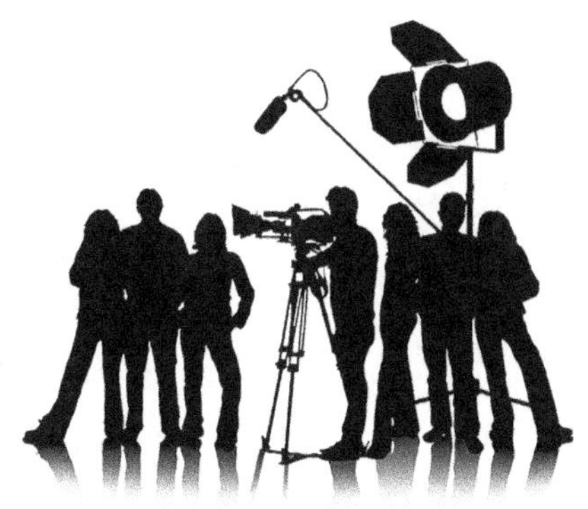

जातोय. पण कशीबशी निर्मिती प्रक्रिया पूर्ण केलेले हे सिनेमे रिलिजिंगच्या उंबरठ्यावर जाऊन मात्र थांबताहेत. अशा सिनेमांसाठी शासकीय पातळीवर प्रयत्न होणं गरजेचं आहे. परंतु निर्मात्यांनीही ही गोष्ट आणि याची परिपूर्ण प्रोसेस लक्षात घेऊन काम करायला हवं.

निश्चितच छोटा किंवा मोठा निर्माता असला तरी मुळातच चित्रपट ही महागडी निर्मिती असल्यानं निर्मात्याचं कंबरडं मोडलेलं असतं. पण अशाही परिस्थितीत संयम ठेवून उशिरा का होईना, महतप्रयासानं चित्रपट रिलीज करण्यासाठी प्रयत्न करावे. या क्षेत्रातील घटकांनीही अशा निर्मात्यांच्या पाठीशी उभं राहत, सहाय्यकाची भूमिका बजावावी, असं मला मनोमन वाटतंय. कारण यामुळे अनेक कलाकार आणि तंत्रज्ञांसाठी इंडस्ट्रीचे दरवाजे उघडणार असतात.

एक गोष्ट लक्षात ठेवा, जगातला सगळ्यात मोठा सिनेमा, जगातला सगळ्यात मोठा दिग्दर्शक आणि नायक, जगातील सर्वात सुंदर अभिनेत्री आणि सर्वात उत्कृष्ट संगीतकार, कॅमेरामन आणि तंत्र सहाय्य घेऊन बनवलेला सिनेमा निश्चितच महान असेल, पण तो रिलीजच झाला नाही तर...??

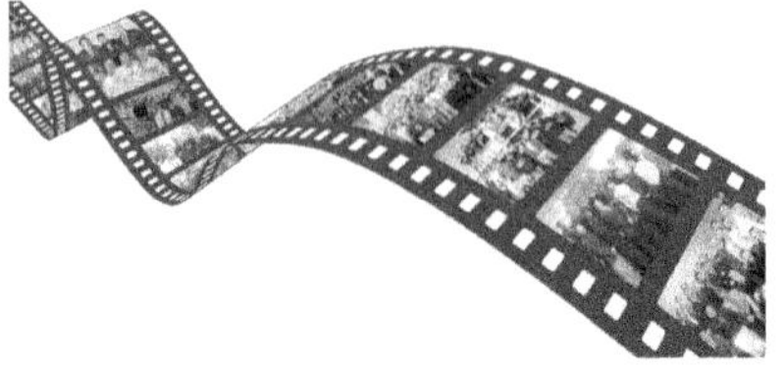

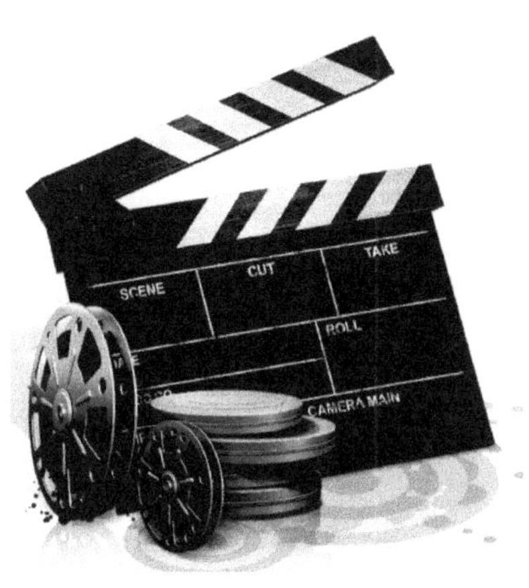

झिरो बजेट चित्रपट संस्कृती अलिकडे मोठ्या प्रमाणात रुजू पाहतेय. याला कमी समजू नका. इंडस्ट्री एका संक्रमणाच्या काळातून जातेय. त्यानंतर मात्र नवीन डिजिटल युगात हे एक मोठं प्रस्थ बनणार आहे. भविष्यातील नांदीची ही चाहूल आहे. चित्रपटसृष्टीला एका विशिष्ट उंचीवर नेण्यासाठी सुरु झालेला हा प्रवास आहे.

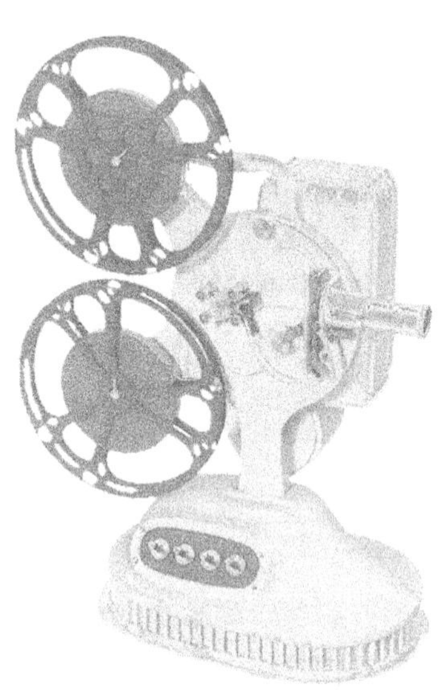

21

झिरो बजेट सिनेमा

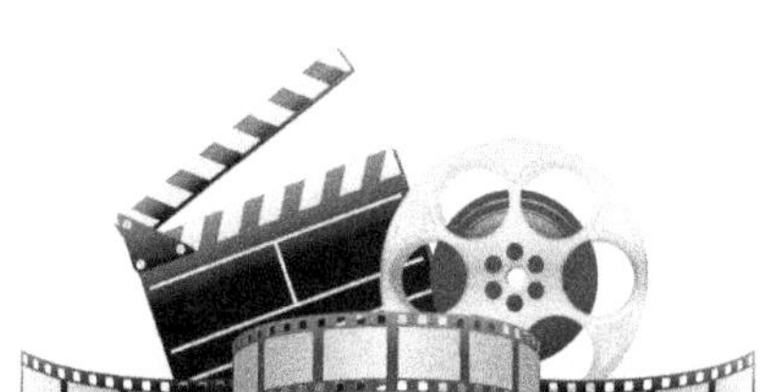

वाचलं कि डोळे विस्फारताहेत ना..? विश्वासच बसत नाही. पण हे खरं आहे. डिजिटल तंत्रज्ञानामुळं हे देखील शक्य झालंय. अलीकडेच कॉलेज स्टुडंट्स आणि काही हौशी आणि इंडिपेंडंट फिल्म मेकर्सनी ही कला अवगत केलीय. शॉर्ट फिल्म करता करता आता ही मंडळी मुख्य प्रवाहात शिरू पाहताहेत.

अलीकडच्या काळात शॉर्ट फिल्मस् बनवण्याची क्रेझ खूप वाढलीय. एक छोटा हॅन्डीकॅम, डि. एस.एल आर. आणि एक कॉम्प्युटर असला की ही मंडळी अतिशय अव्वल दर्जाच्या शॉर्ट फिल्म्स बनवत सुटली

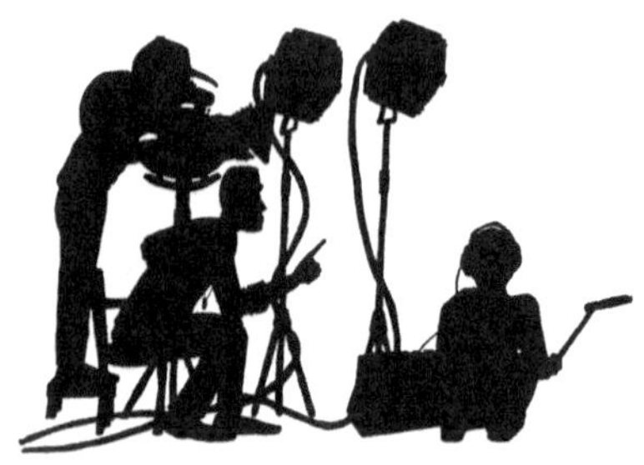

आहेत. अगदी कमी वेळेत मोठा मॅसेज मांडण्याची शॉर्टफिल्ममध्ये ताकत असते. ते या लोकांना अगदी सहज जमायला लागलंय आणि असं करता करता मोठा पडदा त्यांना गप्प बसू देईना. अलीकडेच डिजिटल फिल्मस् ना मान्यता आणि अनुदान चालू झाल्यानंतर ही क्रेझ एकदमच वाढलीय. कॅनन ७डी, ६डी, ५डी सारखे फोटो कॅमेरे कि जे डि. एस. एल. आर. प्रकारात मोडतात, ते घेऊन ही लोकं मोठ्या फिल्मसची रचना करताहेत आणि यशस्वीदेखील होताहेत.

थिएटरमध्ये चित्रपट पाहायला गेलेल्या प्रेक्षकांना या गोष्टीची काही आवश्यकता वाटत नाही की तो सिनेमा लो बजेट कि बिग, मोठ्या कॅमेऱ्यावर बनलाय की छोट्या, यातले कलाकार सेव्हन स्टार हॉटेल्सला राहत होते की डबे घेऊन शूटिंगला येत होते. त्याला फक्त एकच कळतं, सिनेमा हिट किंवा फ्लॉप. तो त्याला आवडतो किंवा आवडत नाही.

हीच गोष्ट लक्षात घेऊन या मंडळींनी छोटे-छोटे ग्रुप स्थापन केलेत. कुणाकडे कॅमेरा आहे, कुणाकडे कॉम्प्युटर, कुणी एडिटिंग करतंय तर कुणी शूटिंग. काही हौशी कलाकार मंडळी एकत्र करून एक उत्तम दर्जाचं कथानक, मग त्यावर रिहर्सल करून हे लोक लोकल एरियातच शूट करतात. लहानशा स्टुडिओत तेही ओळखीनं, प्रसंगी विनंती करून स्वस्तात किंवा फुकटात गाणी रेकॉर्ड करतात. लोकलचे डान्स आर्टिस्ट

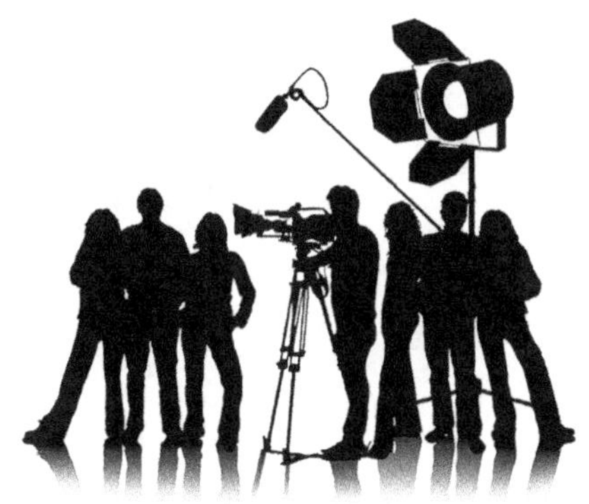

किंवा कोरिओग्राफर भेटतातच. मग डबिंगही बऱ्याचवेळा घरीच, रात्रीच्या वेळी, शांत ठिकाणी. एडिटिंग एका सिंगल कॉम्प्युटरवर आणि साध्या सॉफ्टवेअर वरच. पण ही मुलं प्रामाणिकपणे प्रयत्न करताहेत. वैशिष्ट्य म्हणजे स्टुडिओ मालक, कॅमेरामन आणि इतर या क्षेत्रातली टेक्निकल मंडळीही त्यांचा उत्साह बघून त्यांना सपोर्ट करताहेत.

नाही म्हणता म्हणता थोडाफार खर्च होतोयच यांचा. तेवढाही जुळवताना होणारी कसरत आयुष्यात स्वप्नांची किंमत शिकवतेय. पुन्हा यांच्यापुढं रिलिजिंगचा प्रश्न असतोच. पण सुरुवातीला एखाद्या सांस्कृतिक हॉलला त्याचं प्रमोशन होतं. नातेवाईक आणि हितचिंतक मंडळींची शाबासकीची थाप पाठीवर पडते आणि पुढच्या प्रवासासाठी सिनेमा रांगेत उभा राहतो. कधी पुढे सरकतो तर कधी पुन्हा नव्या प्रोजेक्टवर काम चालू होतं.

एक संक्रमणाचा काळ चालू आहे. त्यानंतर मात्र या लोकांचच राज्य आहे, हे विसरू नका.

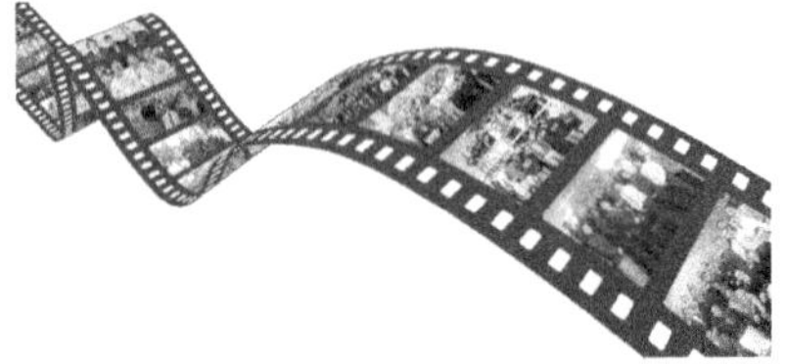

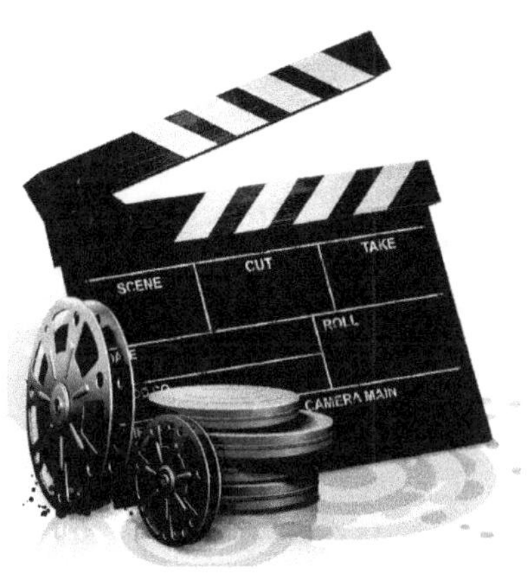

चित्रपट इंडस्ट्री म्हणजे ग्लॅमर, अशी व्याख्याच आहे. समाजातल्या सर्व स्तरांना या गोष्टीचं एट्रॅक्शन आहे. पण या पोझिशनमागचं कष्टसुद्धा खूप मोठं असतं. जगात फुकट काहीच मिळत नाही. दुरून डोंगर साजरे, असाच हा प्रकारे आहे.

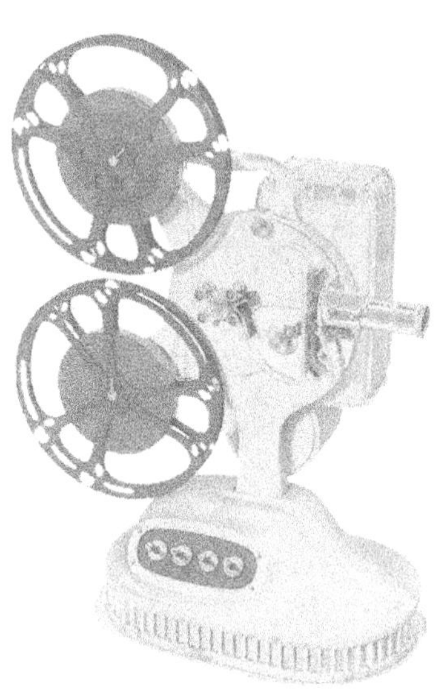

22

ग्लॅमर अँड एट्रॅक्शन

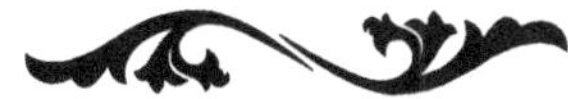

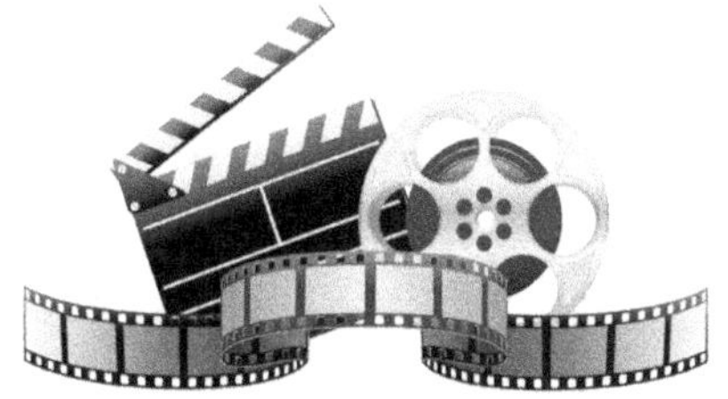

चित्रपट इंडस्ट्री म्हटलं की एक रुपेरी, चंदेरी, झगमगती दुनिया, इथला थाट-माट आणि चालीरीती पाहून डोळे दिपून जातात आणि ऐश्वर्य पाहून थक्क व्हायला होतं. सुंदर-सुंदर हिरॉईन आणि हॅण्डसम हिरो, त्यांचे कपडे, स्टाईल्स, महागड्या गाड्या आणि त्यांचे गॉसिप्स. एक ना हजार गोष्टी. सगळं काही मोहमयी, स्वप्नातलं..!!

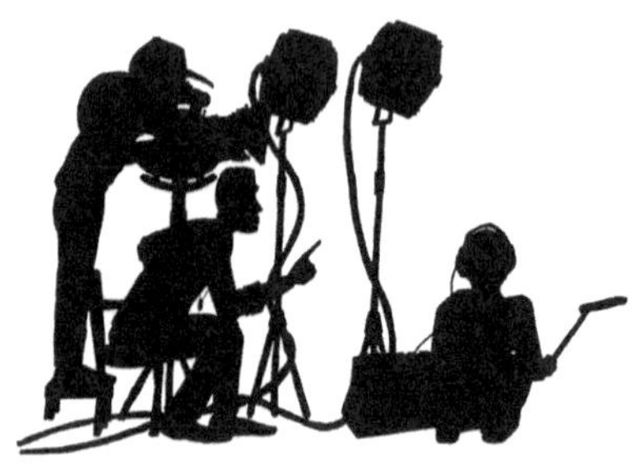

सर्वसामान्य लोकांचं सोडा, पण राजकारण्यांपासून ते खेळाडूपर्यंत सर्वांनाच या गोष्टीचं आकर्षण. इंडस्ट्रीला लाभलेल्या ग्लॅमरचा हा सगळा परिणाम. मोठ्या लोकांचं ठीक आहे हो.. सर्वसामान्य चाहत्यांना ही लोकं प्रत्यक्ष पाहायला मिळणं खूपच दुरापास्त. टीव्ही आणि पडद्यावर पाहतील तेवढंच. फार फार तर एखाद्या सामाजिक इव्हेंटमध्ये कधी आमंत्रित म्हणून एखादा स्टार पहायला मिळतो. गर्दीतून, तो ही हजार-दोन हजार फुटांवरून, तेवढंच. मग ही हौस कधी कधी पोस्टरच्या माध्यमातून भागवून घेतली जाते. आज ही आपल्या आवडत्या हिरो-हिरॉईनचे पोस्टर खिशात ठेवणारे आणि रूममध्ये लावणारे आणि चोरून चोरून त्याकडे दिवसातून हजारवेळा टक लावून पाहणारे कमी नाहीत. लाखोंच्या संख्येने भेटतील.

आणि याच कारणांमुळं बहुसंख्य लोकांच्या मनात आपणही तसं असावं अशी इच्छा असते. आपणही पडद्यावर झळकावं, हिरो किंवा हिरॉईन व्हावं, असं अनेकांना वाटत असतं. यातून असंख्य लोक आपलं नशीब आजमावयाला या इंडस्ट्रीचा रस्ता धरतात.

पण मित्रांनो, या झगमगाटा पाठीमागं अनेक रखरखीत सत्य आहेत, वास्तव आहेत. सुंदर आणि कमनीय दिसणाऱ्या या हिरॉईन आणि हॅण्डसम हिरो यांना आपलं शरीर मेंटेन करण्यासाठी तासन्-तास

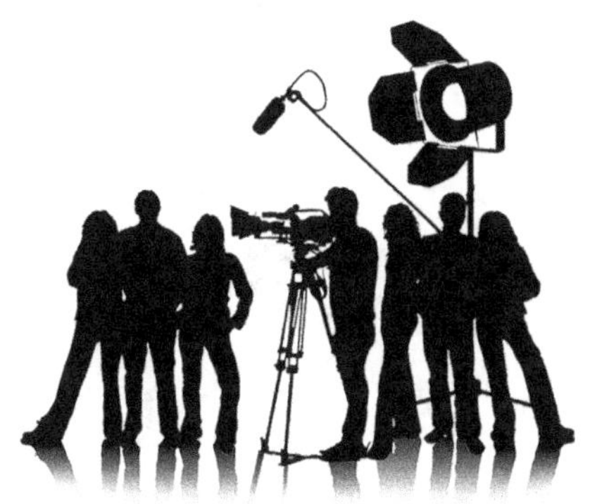

घाम गाळावा लागतो. आपल्या लाडक्या जिभेला ताब्यात ठेवावं लागतं. शूटिंगसाठी १६-१६ किंवा १८-१८ तास कंन्टिन्युअस काम करावं लागतं. न थकता एक शिफ्ट संपवून, दुसऱ्या शिफ्टसाठी वेळेत पोहचावं लागतं. टेक वर टेक घेत असताना थकायला होतं. डिरेक्टरची चिडचिड सहन करावी लागते. फॅमिली रिलेशन्स मेंटेन करताना द्विधा मनःस्थिती होते. काम मिळवण्यासाठी अनेकांचे उंबरे झिजवावे लागतात. मोकळ्या मनानं कधी पब्लिक प्लेसवरती फिरता येत नाही. प्रेसच्या आणि समीक्षकांच्या टिकांना सामोरं जावं लागतं. हे सगळं वाटतं तितकं सोपं नाही.

.

आपणाला फक्त ग्लॅमर दिसतं, पण त्याचा रस्ता किती कष्टातून आणि त्रासातून जातो हे दिसत नाही. आणि मुख्य म्हणजे इथपर्यंत पोहचण्यासाठी त्यांनी केलेला संघर्ष..? एक दोन दिवसांची बाब नाही. एकेका कलाकारानं इथं पोहचण्यासाठी आयुष्याची दहा-दहा, पंधरा-पंधरा वर्ष खर्ची घातलीत. अहोरात्र कष्ट केलंय, तेव्हा हे दिवस दिसलेत.

.

पण बहुसंख्य नवोदितांना या ग्लॅमरचं एट्रॅक्शन असतं. पण त्यांना इथल्या कष्टाची, स्ट्रगलची आणि त्यासाठी लागणाऱ्या मानसिक

आणि शारीरिक ताकतीची कल्पना नसते. आणि मग अर्ध्या वाटेवरून असंख्यजण मागं फिरतात.

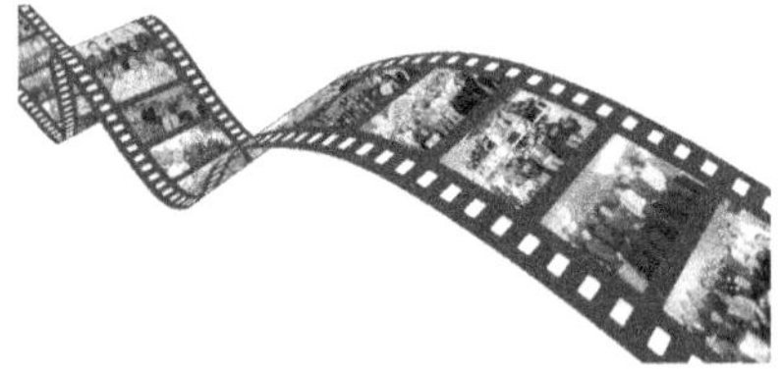

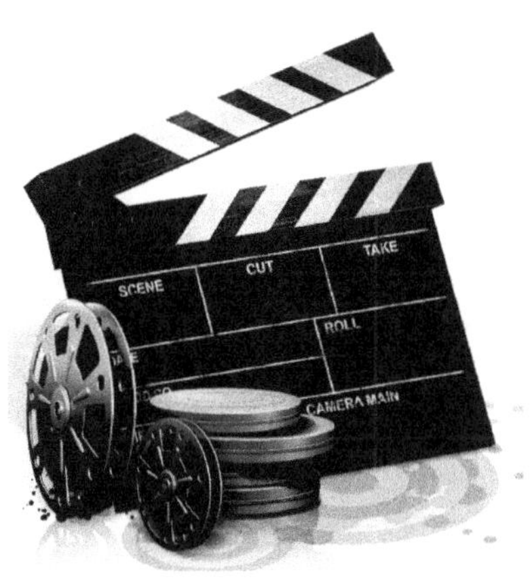

न भूतो न भविष्यती.. असं काहीतरी घडण्याच्या मार्गावर आहे. चित्रपट इंडस्ट्री एका बदलाच्या उंबरठ्यावर आहे. दिग्दर्शन आणि निर्मिती याबरोबरच कितीतरी पट जास्त लक्ष बदलत्या तंत्रज्ञानात घालणं गरजेचं आहे. तंत्रज्ञान बदलेल, निर्मिती आणि प्रसारण व्यवस्था बदलेल, लोकांच्या आवडी निवडी बदलतील. एक मोठं संक्रमण एका नव्या पिढीला, नव्या सिस्टीमला जन्म देईल.

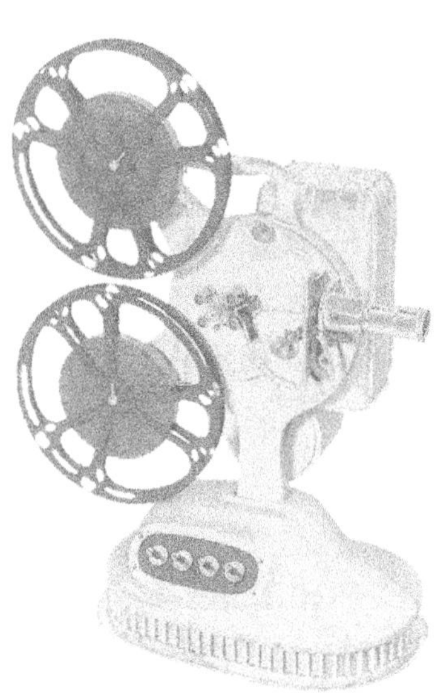

23

सोशल मीडिया अँड डिजिटल टेक्नॉलॉजी

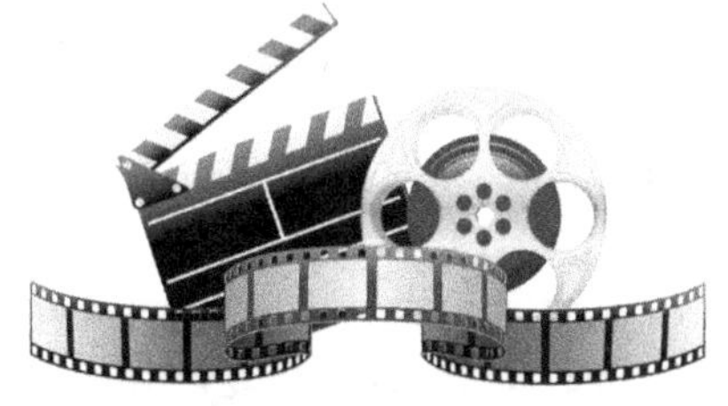

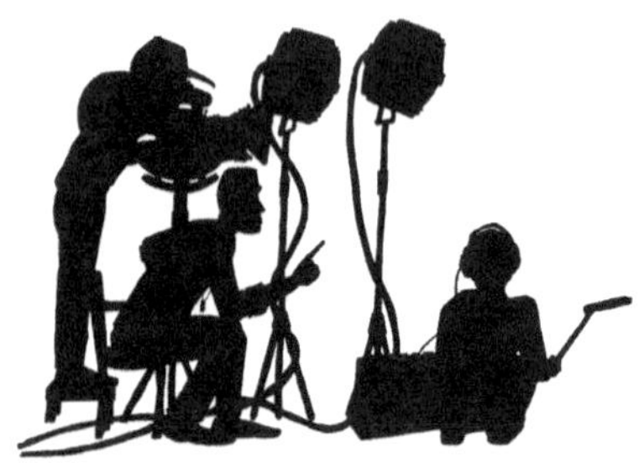

बदलत्या तंत्रज्ञानाच्या युगात दुनिया कधी बदलली कळलंच नाही. बरं हा बदल ही न थांबणारा. कालची टेक्नॉलॉजी आज आऊटडेटेड होतेय आणि सतत अपडेट राहावं लागतंय, इतका वेग. इंटरनेटच्या महाजालात क्नॉलेज आणि इन्फर्मेशनचा महामेरू एका हातात आणि सोशल मीडियाचं वेगवान नेटवर्क दुसऱ्या हातात. क्नॉलेजचा महास्रोत एका क्षणात एका क्लिकच्या अंतरावर तर स्वतःच्या अपडेट जगाच्या कानाकोपऱ्यात प्रसारीत करणं, फक्त एका टचवर.

वैश्विक मैत्रीची मजा चाखायच्या हेतूनं तयार झालेल्या या सोशल नेटच्या जाळ्यानं जगभरातल्या लोकांचं अवघं विश्व व्यापून टाकलंय. एकवेळ श्वास घ्यायला लोक विसरतील पण इथं अपडेट राहायला विसरत नाहीत. लोकं एडिक्ट झालीत. तुमचं म्हणणं मांडणं किंवा एखादी माहिती प्रसारित करणं, तेही जगभर, हे कधीकाळी नव्हे, काही वर्षांपूर्वीही महाकठीण काम होतं. आणि आज मात्र घरात बसून, कुठलीही पळापळ न करता, फार मोठ्या मशिनरी-तंत्रज्ञान किंवा गुंतवणूक न करता फक्त बोटाच्या स्पर्शानं आपण जगभर कनेक्ट होतोय. संवाद साधतोय, आपलं म्हणणं मांडतोय. जरा गांभीर्यानं विचार करा. त्यातच आता ५जी टेक्नॉलॉजीची भर पडतेय. डोकं गरगरायला लावेल एवढा वेग आणि फॅसिलिटी.

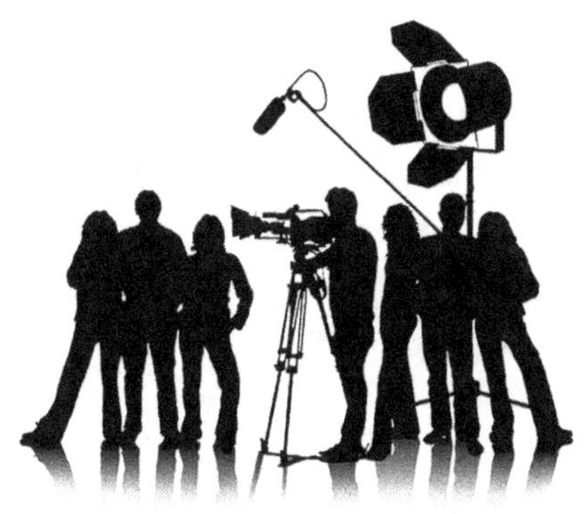

मित्रांनो, एक वाक्य मी वारंवार उच्चारतोय, ते म्हणजे हा संक्रमणाचा काळ आहे. टेक्नॉलॉजी झपाट्यानं बदलतेय. त्याचे परिणाम चित्रपट इंडस्ट्रीवरही झालेत, होत आहेत. कधी काळी चित्रपटाच्या रीळ डब्यातून पोहचवायचं काम व्हायचं. आज डिजिटल तंत्रज्ञानाद्वारे सॅटेलाईट वरून चित्रपट प्रसारित होताहेत. खूप कमी खर्च, वेळेची बचत, क्वालिटी, ॲक्युरसी इ. बाबतीत फायदा होतोय. नेटवरून झपाझप चित्रपट आणि साँग्ज मोबाईल आणि पी. सी. वर डाउनलोड होताहेत. टीव्ही तंत्रज्ञानानं अत्युच्च पातळी गाठलीय. ५जी टेक्नॉलॉजीमुळे प्रत्येकाच्या खिशात, मोबाईलवर लाईव्ह टीव्ही प्रचंड वेगात चालू असेल. सी. डी.-डी. व्ही. डी. आणि कॅसेटनं केव्हाच आपला गाशा गुंडाळलाय. भिंतीवरती आणि वर्तमानपत्रात ॲडव्हरटाईज देण्याचं युग केव्हाच संपून मोबाईल आणि ऑनलाईन ॲडव्हरटाईजिंगचा इलेक्ट्रॉनिक जमाना आलाय.

येत्या काही दिवसात चित्रपट इंडस्ट्रीच्या संपूर्ण व्याख्या बदलणारा काळ येतोय. चित्रपट निर्मिती आणि त्याचं रिलिजिंग यामध्ये अमूलाग्र बदल नव्हे, तर जुन्या सर्व परंपरा आणि तंत्र मोडीत निघून संपूर्णपणे नवी व्यवस्था सुरु होईल. सध्याचे निर्माते आणि कंपन्या अधिकाधिक

अपडेट होताहेत. नवोदितांनीही अपडेट राहावं, ती काळाची गरज बनलीय. प्रत्यक्ष लाईव्ह चित्रित सिनेमापेक्षाही एनिमेशन आणि व्ही. एफ. एक्स. ची दुनिया धुमाकूळ घालणार आहे. एखाद्या एनिमेटेड व्यक्तीरेखेवर चित्रपट निघताहेत, पण तुमच्या लक्षात येतंय का, पुढे जाऊन अशा एखाद्या व्यक्तीरेखेला चित्रपटात घेण्यासाठी किंवा करारबद्ध करण्यासाठी मोठी किंमत मोजावी लागेल आणि त्यांच्या डेट्ससाठी ही रखडावं लागणार आहे.

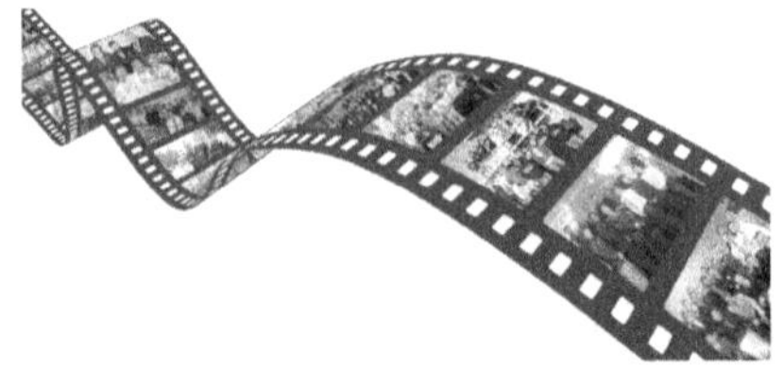

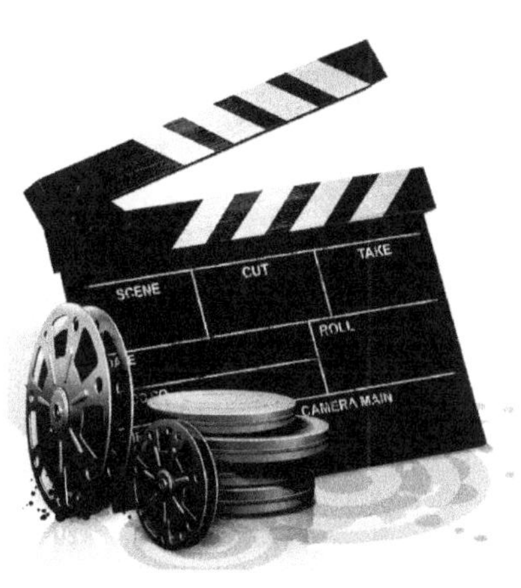

शॉर्ट फिल्मस्... नवोदित आहात तर याशिवाय पर्याय नाही, लक्षात ठेवा. जास्तीत जास्त निर्मिती करा, व्यक्त व्हा, प्रगल्भ व्हा. अजून तरी म्हणावी अशी प्रदर्शन व्यवस्था नाही. पण थोडी जास्त लांबी असलेल्या नव्वद मिनिटांपर्यंतच्या शॉर्ट फिल्मस् सिनेमाचाच फील देतील.

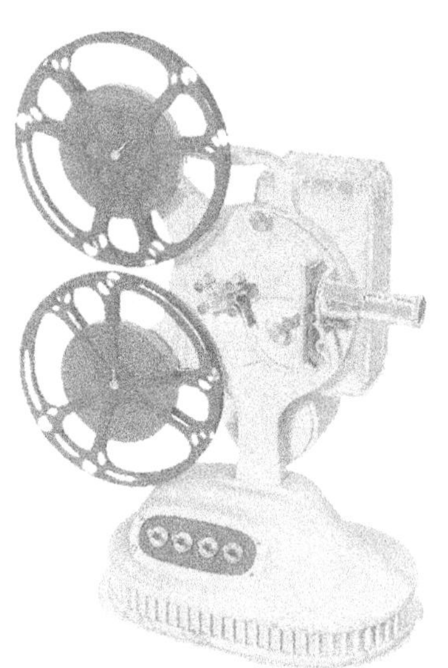

24

शॉर्ट फिल्मस्... एक अनोखी दुनिया

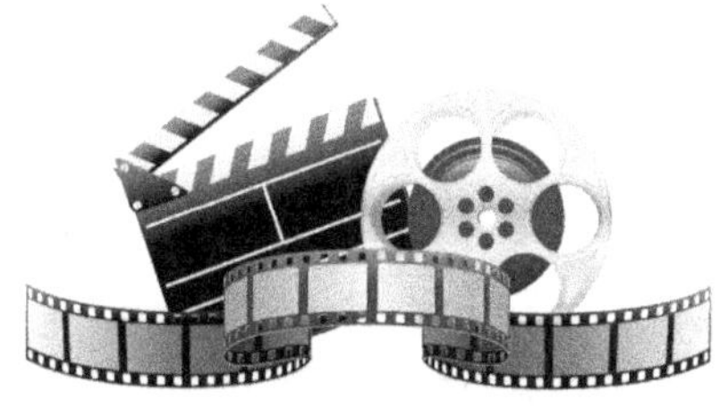

शॉर्ट फिल्मस्.. शॉर्ट फिल्मस्.. शॉर्ट फिल्मस्..!! जिकडं पहावं तिकडं सध्या एकच बोलबाला सुरु आहे. काय आहे शॉर्ट फिल्मस्..? एव्हाना त्यांबद्दल तुम्हाला बरंच काही माहित असेल. शॉर्ट फिल्मस् ही संकल्पना रुजून बरीच वर्षे होऊन गेलीत. पण आता कुठे याला बहर येऊ लागलाय. थोड्याशा वेळात नेमक्या परिभाषेत, आपला मेसेज लोकांच्यापर्यंत प्रभावीपणे पोहचवण्याचं हे उत्कृष्ट साधन आहे. छोटासा सिनेमाच पण खूप काही सांगणारा. एखाद्या एडव्हरटाईज

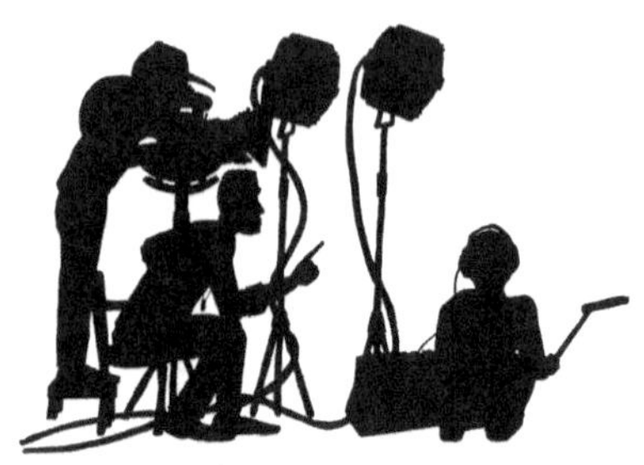

सारखा कमीत कमी शब्दात आणि कमीत कमी वेळात हृदयापर्यंत जाणारा. फक्त नवोदितच शॉर्ट फिल्मस् बनवताहेत, असं नाही. जुने-जानतेही यामध्ये अग्रेसर आहेत.

जगभरातून असंख्य शॉर्ट फिल्मस् तयार होताहेत. नवे-नवखे यामध्ये जरा जास्तच आघाडीवर आहेत. कारण त्यांना व्यक्त होण्यासाठी, जगापुढं येण्यासाठी हा एक स्वस्त आणि सोपा मार्ग आहे. एखादी शॉर्ट फिल्म तयार झाली की मग नावापुढं डायरेक्टर, प्रोड्युसर, फिल्ममेकर अशी बिरुदावली मिरवली जाते. इंडस्ट्रीत प्रवेश करण्यासाठी हे पहिलं पाऊल ठरतं.

शॉर्ट फिल्मसच्या समोरचा सध्यातरी असणारा अडथळा म्हणजे त्याचं प्रदर्शन. सध्यातरी शॉर्ट फिल्मस् पाहण्यासाठी कायमस्वरूपी अशी काही व्यवस्था नाही. जागोजागी भरणारे फिल्म फेस्टिव्हल्स हेच एक माध्यम आहे. पण ते खूप मर्यादित असल्यासारखं आहे आणि त्यांचं ऍडव्हरटाईजिंग हा मूळ मुद्दा आहे.

एखादी शॉर्ट फिल्म यु-ट्यूबवर असेल तर त्याची काहीतरी जाहिरात आपल्यापर्यंत पोहचली तरच आपण ती पाहण्याचा प्रयत्न करू, पण असं होत नाही. पुढे जाऊन बदलत्या तंत्रज्ञानात या समस्येची पण उकल

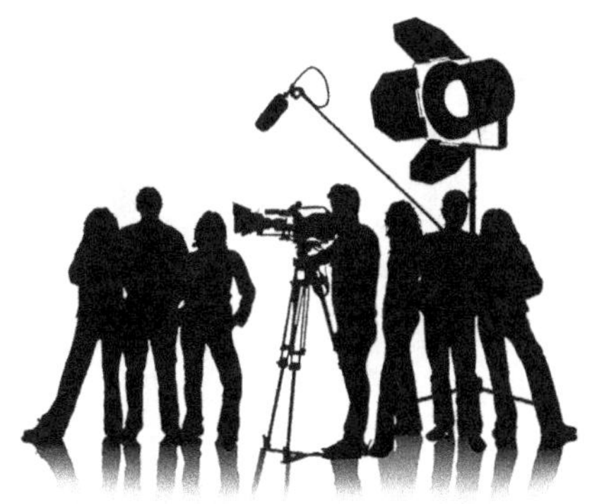

होईल. कारण शॉर्ट फिल्मस् निर्मितीचा वेग आणि आकडा निश्चितच दखल घ्यायला लावेल. सध्या काही चॅनेल्सनी काही फिल्मस् एकत्र करून विकली दाखवायला सुरवात केली आहे. ओटीटी प्लॅटफॉर्म वरती देखील आता त्या पाहायला मिळू लागल्या आहेत.

काहीही असलं तरी हे माध्यम खूपच सशक्त आणि प्रभावी आहे. मुळात हे खूप स्वस्त असल्यामुळे नवोदितांना प्रयोग करण्यासाठी खूप वाव आहे. एकच विषय घेऊन वेगवेगळ्या ग्रुपनी त्यावर स्वतःच्या कल्पनेनं शॉर्ट फिल्मस् कराव्यात व नंतर त्याचं कम्पैरिझन करावं. सिनेमा प्रगल्भतेसाठी खूप मदत होऊ शकते. यामध्ये नव-नवीन सब्जेक्ट मांडले जात असल्यामुळे तोच तोचपणा आलेल्या मुख्य इंडस्ट्रीलाही इथून भरपूर खाद्य मिळू शकतं.

बदलते तंत्रज्ञान आणि साधनं यांचा वेध घेत मुख्य प्रवाहाशी मिळतं जुळतं घेत शॉर्ट फिल्मसची लांबी थोडी वाढवून आणि फिल्मसची थोडी कमी करत साधलेला सुवर्णमध्य टि-ट्वेन्टी क्रिकेट सारखी मजा देऊन जाईल.

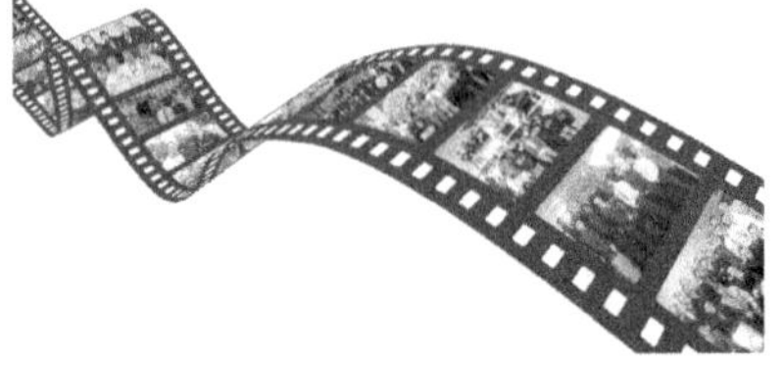

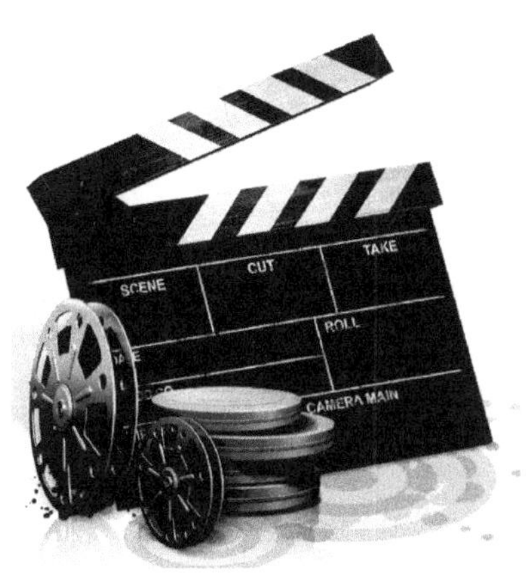

एका विशिष्ट साचेबद्ध कथानकातून पुढे सरकत असताना काही गोष्टी चित्रपटाला फुलवत असतात. बन्याचदा हिरो-हिरॉईनची जोडी, दोन हिरोंची किंवा हिरो आणि व्हिलनची जोडी यामधली केमिस्ट्री प्रेक्षकांना खूप आवडत असते. अनेक चित्रपटातून हे सिद्ध झालंय. दिग्दर्शकांनी असे प्रयोग करून अशा प्रकारचा हातखंडा विकसित करणं गरजेचं आहे.

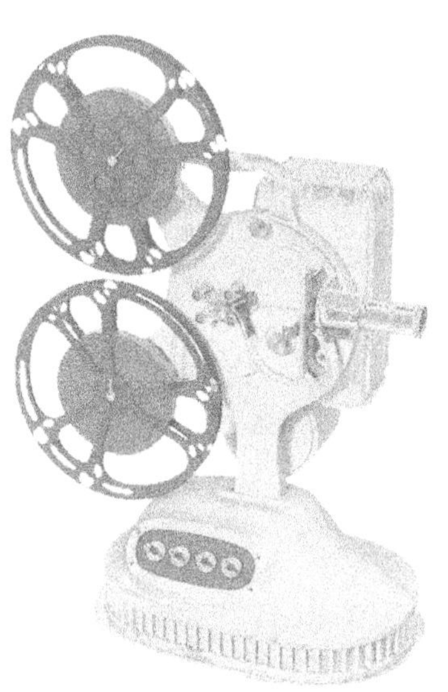

25

ऑन स्क्रीन केमिस्ट्री

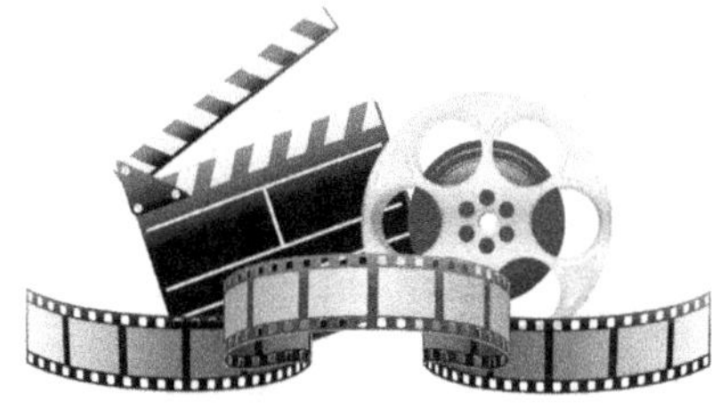

हिरो हिरॉईनची ऑन स्क्रीन केमिस्ट्री हे चित्रपटाचं बलस्थान आहे. इतिहासात डोकावून पाहता ही गोष्ट चटकन लक्षात येते. कित्येक हिट चित्रपट अगदी जुन्या काळापासून ते अलीकडच्या काळातले, यामध्ये हिरो-हिरॉईनची केमिस्ट्रीच जमेची बाजू ठरलीय.

पडद्यावरच्या चित्रांना खरंखुरं समजणाऱ्या आणि चित्रपटातील स्वप्नरंजनालाच आपलं जग समजणाऱ्या चित्रपट प्रेमींना ही केमिस्ट्री खूप भुरळ घालते. हसायला लावते, रडायला लावते. इंडस्ट्रीनं आतापर्यंत खूप हिट जोड्या दिल्या. या जोड्या हिट ठरल्या, यामागचं कारण तरी

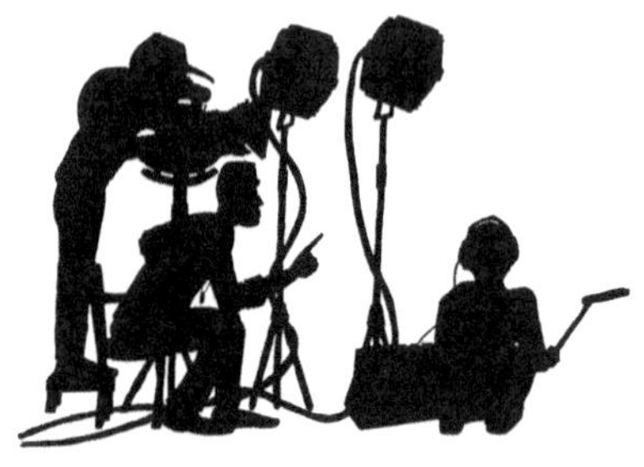

काय असेल? ते एकमेकांना सुट होते? दिसायला सुंदर होते किंवा प्रत्यक्षातल्या नवरा-बायको सारखे होते? काय होतं काय नेमकं..?

मित्रांनो, वेगळं काहीच नव्हतं. या जोड्यांची ऑन स्क्रिन केमिस्ट्रीच त्यांना हिट ठरवत होती. प्रेक्षकांना भुरळ घालत होती. त्यांनी केलेला अभिनय हा एकमेकांना एवढा पूरक होता की दोघांच्या अभिनय मिश्रणातून एक नवीनच आणि महान कलाविष्कार सादर व्हायचा. हे म्हणजे क्रिकेटमध्ये ओपनिंगला आलेल्या जोडीचा जम बसणं आणि चौफेर फटकेबाजी करत प्रेक्षकांचं मनोरंजन करण्यासारखं आहे.

ते एकमेकांचं पाहणं, हसणं, लाजणं, मुरडणं, भांडणं, प्रेम करणं, मस्ती करणं हे सगळं इतकं अफलातून आणि बेमालूम असतं की प्रेक्षक बघतच राहतात. दिग्दर्शकाच्या ट्रिक्सही इथं मोठं काम करत असतात. पण एकूणच दोघांचीही एकमेकांप्रती असलेली अटॅचमेन्ट आणि दोघांमधलं म्युच्युअल अंडरस्टॅण्डिंग ही खूप मोठी बाब असते.

खरंतर काही काळापुरतं ही लोकं वास्तवात असल्यासारखच रिएक्ट करतात. त्यांच्या अभिनयाची इंटेन्सिटी एवढी प्रचंड असते की प्रेक्षक केव्हाच स्वतःला विसरून त्या मनोहारी विश्वात पोहचलेला असतो.

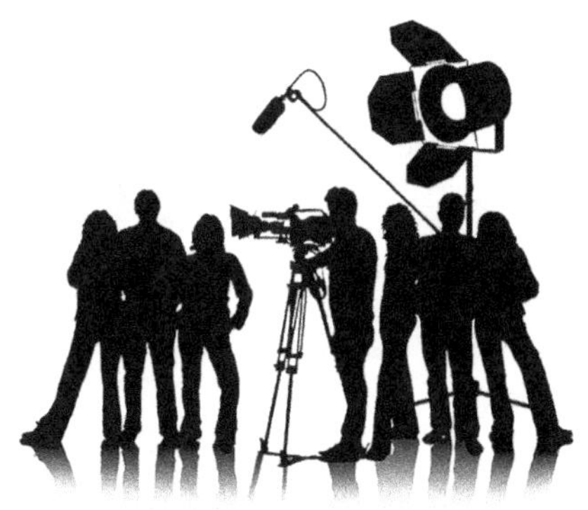

प्रेक्षकांची आवड, त्यांना काय पाहायला आवडतं, कसं पाहायला आवडतं इ. बाबतीत त्यांची नस या जोडीनं पकडलेली असते. बऱ्याचवेळा डिरेक्शन स्टाईलचाही इथं मोठा इफेक्ट झालेला असतो. अशा प्रकारच्या जोड्या हाताळण्यात अनेक दिग्दर्शकांचा स्पेशल हातखंडा आहे.

खूपदा फक्त हिरो-हिरॉईनची ऑन स्क्रिन केमिस्ट्रीच प्रेक्षकांना आवडते असं नाही तर अनेकदा दोन हिरो किंवा दोन हिरॉईनच्या जोड्याही हिट आहेत. कधी ते मित्रांच्या भूमिकेत असतात तर कधी कॉमेडी टाईप व्हिलनगिरी करतात. हिरो आणि व्हिलन असाही फॉर्म्युला बरेचदा पोषक ठरलेला आहे. पण बहुतांश वेळा दोन हिरोंच्या जोडीचा विचार करता कॉमेडी फिल्मसमध्ये या जोड्यांनी धमाल उडवून दिलीय. त्यांची ऑन स्क्रिन केमिस्ट्री पाहता प्रेक्षक पोट धरून खो-खो हसलेत. असे प्रयोग एक्शन फिल्मस् मध्येही मजबूती आणतात.

एकूण काय, नवोदित निर्माता दिग्दर्शकांनीही या जमेच्या बाजूचा विचार करून नवीन ऑन स्क्रिन जोड्या निर्माण कराव्या आणि या ऑन स्क्रिन केमिस्ट्रीची मजा प्रेक्षकांना चाखू द्यावी.

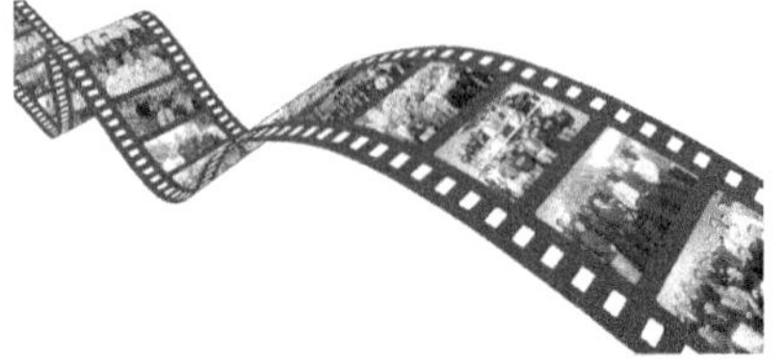

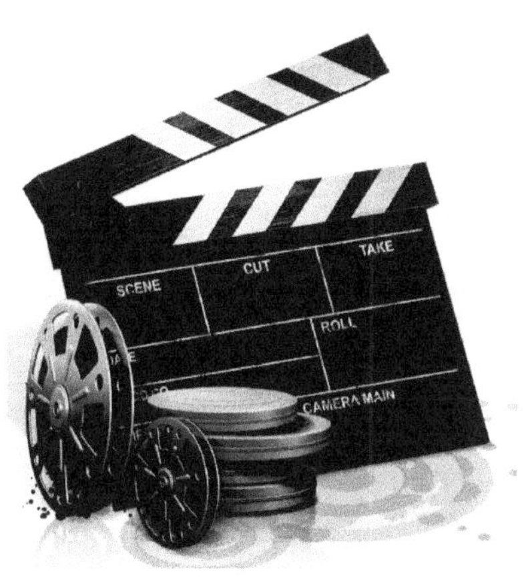

सिक्वेल आणि रिमेक ही जाणीवपूर्वक आणि जबाबदारीने बनवण्याची कलाकृती आहे. ती बनविण्यास सोपी आणि फायदेशीर जरी वाटत असली तरी अपेक्षा पूर्ण करताना ती खूप प्रगल्भतेनं आणि कलात्मकतेनं बनवावी लागते. हे येऱ्या गबाळ्याचं काम नसून अभ्यासपूर्वक करावं लागणारं 'निर्माण' आहे.

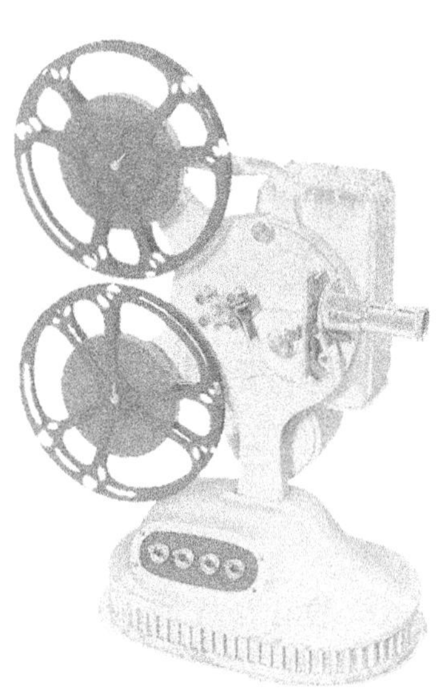

26

सिक्वेल अँड रिमेक

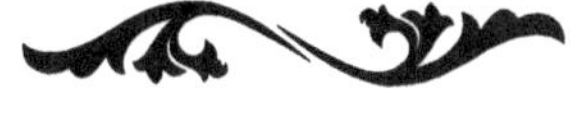

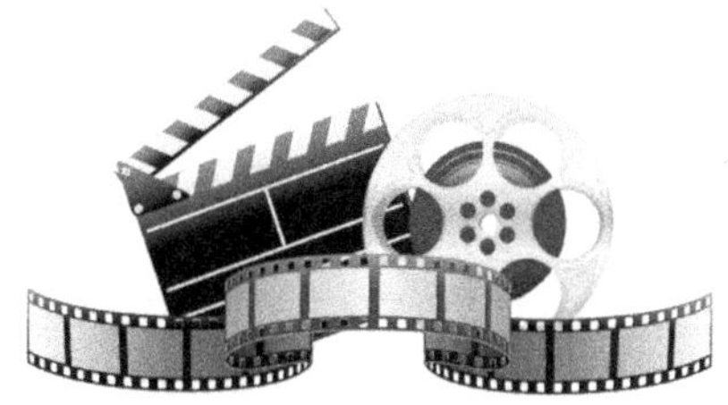

अनेकदा हिट चित्रपटाचे सिक्वेल आणि रिमेक बनविण्याचा प्रघात प्रचलित आहे. कारण एखादा सिनेमा हिट किंवा सुपरहिट झाला, याचा अर्थ तो लोकांना खूप आवडलेला असतो. मग त्याच टायटलवर किंवा चित्रपटावर आधारित त्याचा पुढचा भाग किंवा एखाद्या दुसऱ्या भाषेत तो चित्रपट बनवला तर पहिल्या हिट चित्रपटाचा संपूर्ण प्रेक्षक प्लस नवोदित आणि तो चित्रपट पाहू न शकलेलाही प्रेक्षक मिळण्याची हमखास खात्री असते.

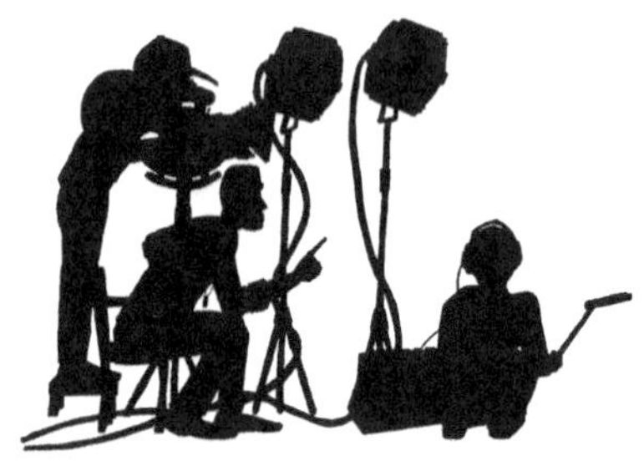

आणि अशा प्रकारची शक्यता धरूनच एक कमर्शिअल विचार करून चित्रपटाची निर्मिती केली जाते. बहुतांशवेळा हा प्रयोग हमखास यशस्वी झालेला आहे. यामुळे या पद्धतीचे चित्रपट बनवण्याचा ट्रेंडच जणू अलीकडे इंडस्ट्रीत आला आहे.

पण काही गोष्टी प्रकर्षाने आपण लक्षात घेतल्या पाहिजेत. एक म्हणजे पूर्वी अशा प्रकारचे चित्रपट तयार होण्याचं प्रमाण मर्यादित होतं, खूप कमी होतं. काही गाजलेल्या चित्रपटांचेच सिक्वेल येत होते. पण अलीकडच्या काळात हे प्रमाण प्रचंड वाढलंय. एका पाठोपाठ चित्रपटांचे सिक्वेल निघताहेत आणि अशातच एखाद्या जरी चित्रपटाकडून अपेक्षा पूर्ण नाही झाल्या तर इतरांकडे बघण्याचा दृष्टिकोनही साशंक होतोय आणि तेवढ्या प्रमाणात यश मिळताना दिसत नाहीये. दर्जा बाबतही अनेक सिनेमे टुकार आणि बटबटीत वाटताहेत. काहीतरी भव्य करण्याच्या नादात होणारी ही चूक आहे.

दुसरं म्हणजे एका भाषेतील चित्रपट दुसऱ्या भाषेत करण्याचं प्रमाणही वाढलंय. पण तंतोतंतपणे असे सिनेमे बनवले जातात. बहुतेकवेळा भाषा बदलली की प्रांतांचे, राहणीमानाचे, समाज जीवनाचे असे असंख्य बदल करणं अपेक्षित असतं. ते मात्र होताना दिसत नाही. त्यामध्ये कुठेतरी दिग्दर्शकाचा एखाद्या संस्कृती विषयीचा तोकडा

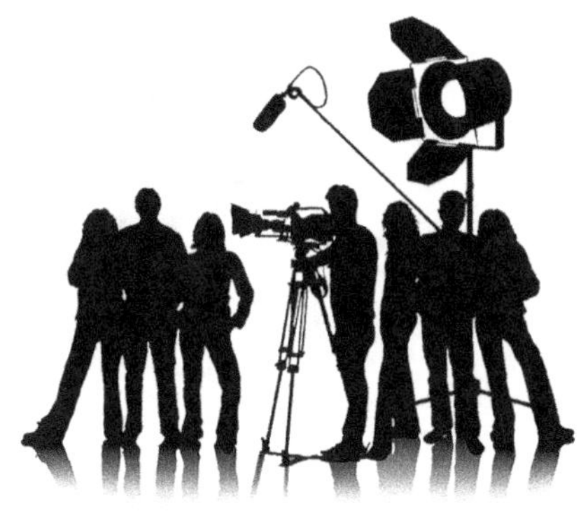

अभ्यास आणि कमीपणा जाणवतो. हे टाळलं गेलं पाहिजे.

नाही म्हणता एकाच भाषेतील जुन्या चित्रपटांचे रिमेक बनवताना, कुठेतरी कल्पकता आणि आधुनिकतेचा संगम होताना दिसतोय आणि तसा तो दिसलाच पाहिजे. कारण कितीही झालं तरी आधीच्या चित्रपटाचं इम्प्रेशन हे राहतच. त्यामुळे सद्य काळानुसार त्यामध्ये हवे ते सर्व बदल करत कल्पकतेनं निर्माण केलेली कलाकृती भाव खाऊन जाते.

काळानुसार बदललेल्या चालीरीती, पेहराव, बोली-चाली, रहाण-सहान, लिव्हिंग स्टाईल, समाज रचनेत झालेले बदल हे तर दाखवलं पाहिजेच पण मूळ ढाच्याला हात न लावता संपूर्ण कथानकात वैशिष्ट्यपूर्ण बदल करणं ही महत्त्वाचं आहे. नाहीतर ओल्ड वाईन इन न्यू बॉटल असंच प्रेक्षकांना वाटत राहील. कमीत कमी असं न वाटता न्यू वाईन इन ओल्ड बॉटल हा प्रकार प्रेक्षकांना देण्याचा प्रामाणिक प्रयत्न करावा. कारण हा फक्त शब्दातला फरक नाही, हा एटीट्युड मधला फरक आहे, दृष्टिकोनातला फरक आहे.

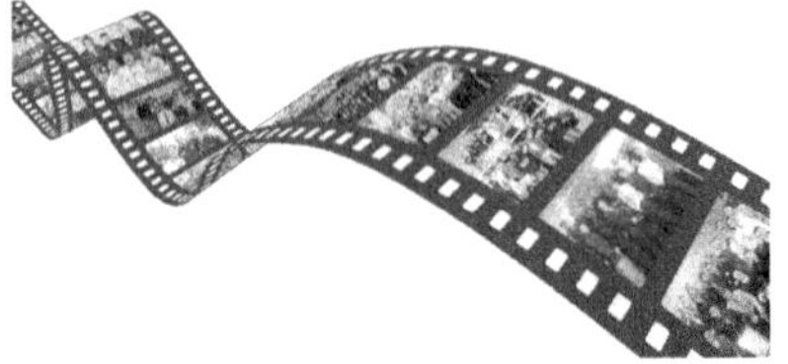

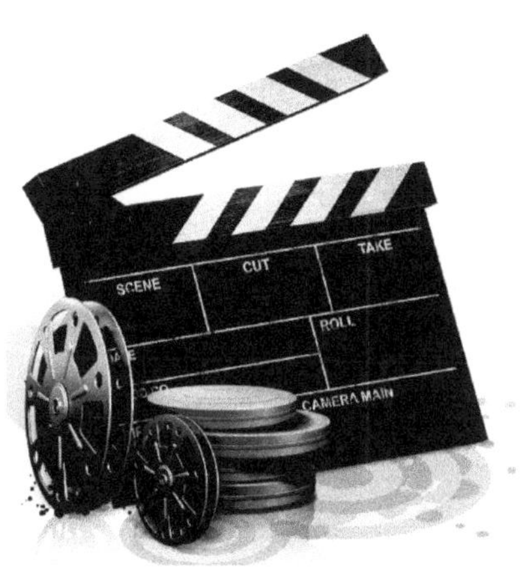

बनवलेलं प्रॉडक्ट कसंही असलं तरी उत्कृष्ट जाहिरात आणि पॅकिंग शिवाय ते खपणं आणि खपवलं जाणं खूप अवघड असतं. व्यावसायिकतेची गणितं मांडत असताना प्रेक्षकांना थिएटरकडे खेचणारा हुकमी एक्का म्हणून प्रोमोज आणि ट्रेलरकडे पाहिलं जातं. ज्याच्या हातात एक्का त्याचा विजय पक्का.

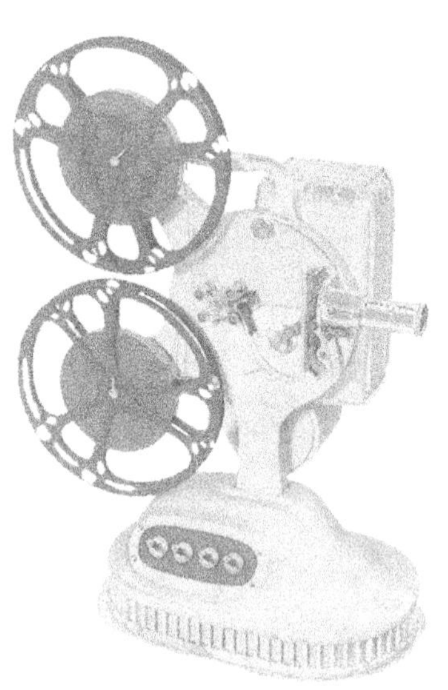

27

प्रोमोज अँड ट्रेलर्स

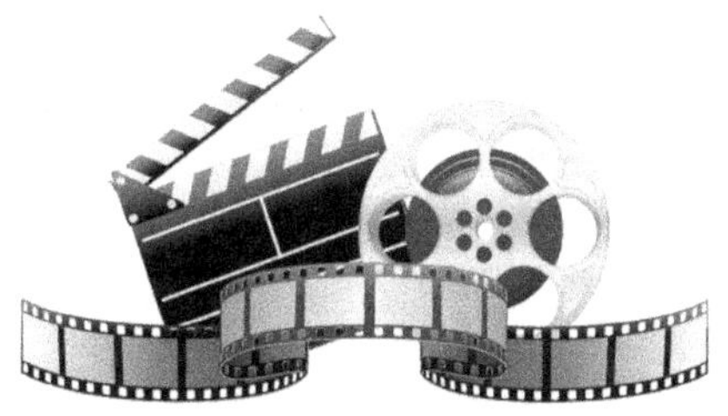

चित्रपटाच्या संपूर्ण प्रक्रियेतला सगळ्यात महत्त्वाचा भाग म्हणजे त्याचं मार्केटिंग. कारण कितीही सुंदर चित्रपट बनवला पण तो लोकांपर्यंत पोहचला नाही किंवा त्यांना माहीतच झाला नाही तर त्याचा काय उपयोग? आणि या कामामध्ये चित्रपटाच्या प्रोमोज आणि ट्रेलरची भूमिका खूप महत्त्वाची आणि निर्णायक ठरते. कारण घरात बसलेला प्रेक्षक, तिथून उठवून सिनेमा गृहापर्यंत पोहोचवण्याची मॅग्नेटिक पॉवर फक्त या ट्रेलरमध्येच असते. आजही तितक्या गांभीर्याने ट्रेलर बनवले जातात, असं म्हणणं धाडसाचं ठरेल.

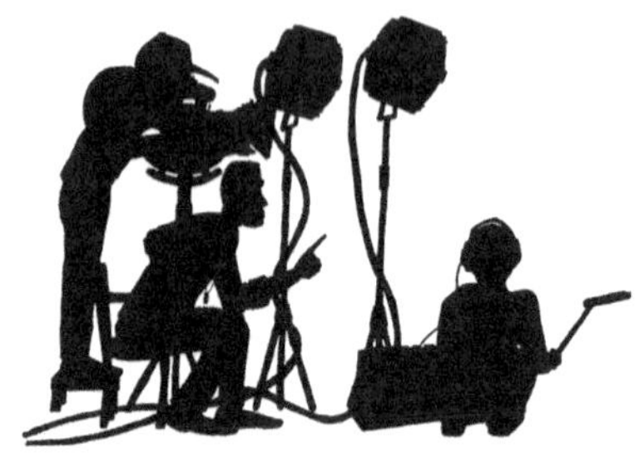

प्रोमो किंवा ट्रेलर बनवत असताना बऱ्याचवेळा चित्रपटातील मुख्य भाग किंवा महत्त्वाचे भाग त्यामध्ये घेण्याचा एक अलिखित प्रघात सर्रास दिसतो. बऱ्याचवेळा चित्रपटात चित्रित झालेली सुंदर दृश्यं किंवा प्रसंग यांचाही त्यात भरणा असतो. अशा प्रकारचे ट्रेलर प्रभावी वाटतात, दिसतात. पण प्रेक्षकांना थिएटरपर्यंत कितपत खेचतात, हा मोठा प्रश्न आहे. ट्रेलर बनवत असताना काही गोष्टी लक्षात घेऊनच तो बनवला गेला पाहिजे.

ट्रेलरचा मुख्य उद्देश चित्रपटाची लोकांना फक्त माहिती करून देणं एवढा नसून प्रेक्षकांना कोणत्याही परिस्थितीत चित्रपट गृहापर्यंत खेचणं हा आहे. तुमचा चित्रपट कसा आहे, कसा बनला आहे याला आता काहीही महत्त्व नाही. कारण आधी चित्रपट बनतो, मग ट्रेलर बनवला जातो.

संपूर्ण निर्मिती प्रक्रियेअंती जे फायनल प्रॉडक्ट तयार झालं आहे, ते काही ही करून जास्तीत जास्त लोकांच्यापर्यंत पोहोचवणं आणि त्यांना चित्रपटगृहात ओढणं, एवढंच एक काम ट्रेलर कडून होणं गरजेचं आहे. त्यासाठी हा चित्रपट कुणासाठी बनवला गेलाय तो प्रेक्षकवर्ग, त्यांच्या आवडी-निवडी, या मुख्य प्रेक्षकवर्गा व्यतिरिक्त अन्य प्रेक्षकांना खेचण्यासाठी लागणारे घटक, जसं की साँग्ज इ. गोष्टींचा अभ्यास

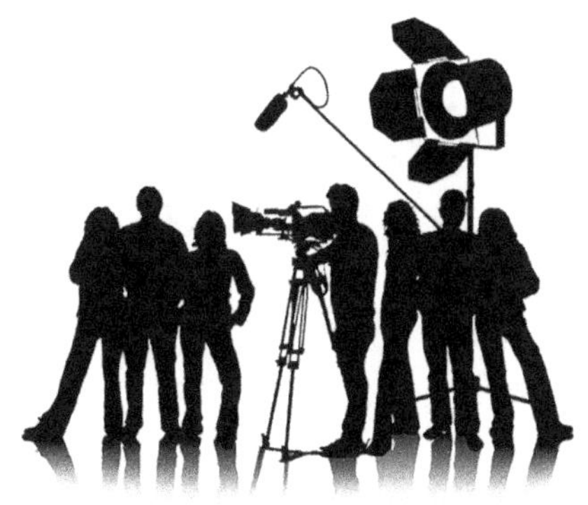

होणं आवश्यक आहे. आणि हे सगळं मग उपलब्ध स्टॉक मधून शोधावं लागतं, उचलावं लागतं. बहुसंख्य समाज समोर पकडून प्रत्येकाच्या आवडी निवडी आणि मर्मस्थानं ओळखून गाणी, म्युझिक, डायलॉग, एक्शन, चावट आणि आंबट अदा इ. गोष्टींचा मेळ घालून एक काही सेकंद किंवा मिनिटांची चित्रमालिका तयार करावी लागते. यामध्ये परस्पर घटकांची कनेक्टिव्हिटी साधणं आणि सांधनं ही खरी कला आहे.

बऱ्याचवेळा कुठल्या गोष्टीवर फोकस करायचा आणि नाही करायचा, हा ही कळीचा मुद्दा असतो. काही ट्रेलरमध्ये बिन महत्त्वाच्या, कथानकाचा भाग नसलेल्या गोष्टीसुद्धा दाखवाव्या लागतात आणि काहींमध्ये महत्त्वाच्या, ज्याच्या भोवती संपूर्ण चित्रपट फिरतो त्या गोष्टी सस्पेन्स म्हणून लपवाव्या लागतात. या लपवा-छपवीच्या खेळात खूप मॅग्नेटिक पॉवर दडलेली आहे. ज्याचा ट्रेलर उत्कृष्ट त्याला लॉटरी लागलीच म्हणून समजा.

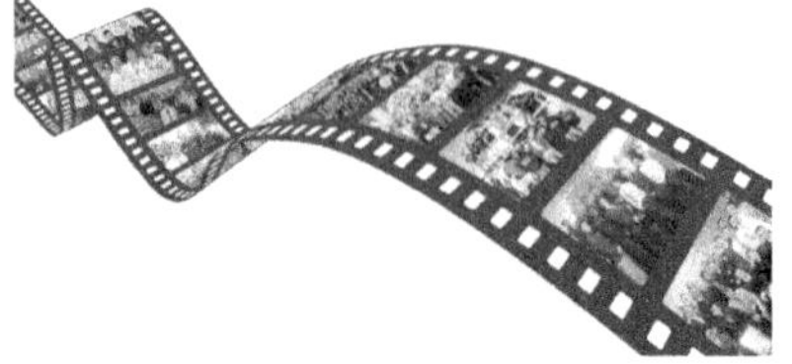

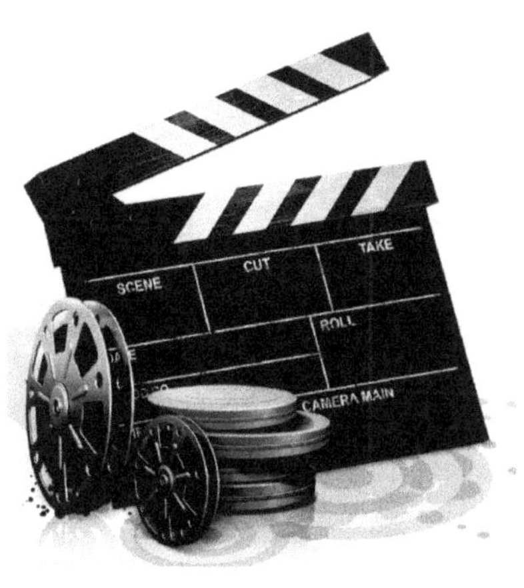

व्यावसायिकरित्या चित्रपट यशस्वी करण्यासाठी मल्टी-कास्टिंग हा एक पर्याय ठरू शकतो. त्या त्या वेळच्या हिट कलाकारांच्या ग्लॅमर आणि प्रेक्षकवर्गाचा विचार करून एक व्यावसायिक गणित मांडावं लागतं. पण कथानकावरची पकड आणि कलाकारांच्या मधली केमिस्ट्री जुळवणं, हा कौशल्याचा भाग असतो.

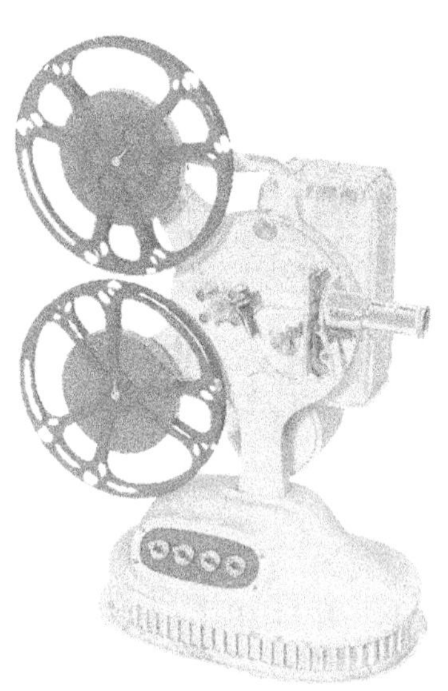

28

मल्टी कास्टिंग सिनेमा

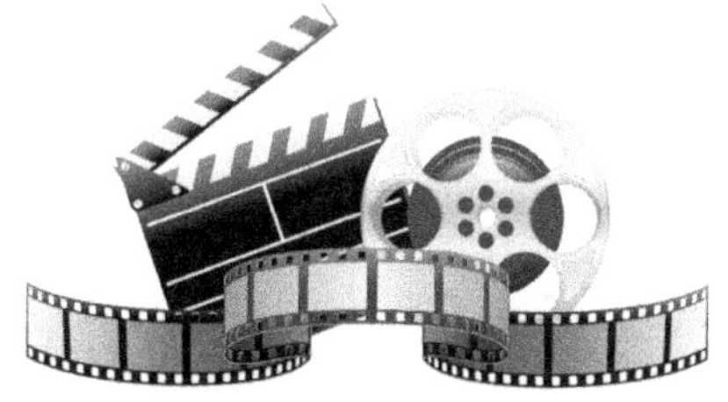

मुख्यतः व्यावसायिक सिनेमात हा प्रकार जास्त प्रमाणात पाहायला मिळतो किंवा जास्तीत जास्त व्यावसायिक सिनेमे हे मल्टी कास्टिंग असलेले पाहायला मिळतात. यामागं काही व्यावसायिक गणितं लपलेली असतात. खूप चकाचक असे हे सिनेमे मल्टीस्टार्सनी व्यापलेले दिसतात. कारण हिरोंची संख्या वाढली तर हिरॉईन्ससुद्धा आपसूकच वाढतात. संपूर्ण पडदा मग चंदेरी झळाळीनं व्यापलेला दिसतो.

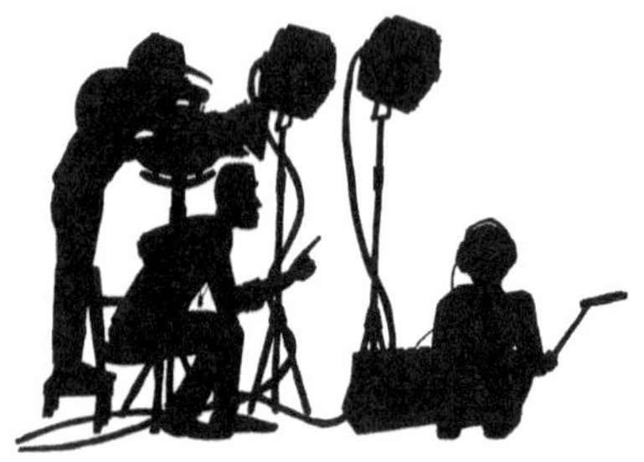

नाही म्हटलं तरी प्रत्येक स्टार मग तो हिरो असो वा हिरॉईन प्रत्येकाचं एक वलय असतं. लोकप्रियता असते, स्वतंत्र प्रेक्षकवर्ग असतो आणि अशा पद्धतीचे सद्य स्थितीत हिट किंवा ज्यांच्याभोवती ग्लॅमरचं वलय आहे, असे चेहरे निवडले जातात. यामागं त्यांची लोकप्रियता तिकीट खिडकीवर रूपांतरित व्हावी, हाच मूळ उद्देश असतो आणि बऱ्याचदा तसंच होतं. कारण सद्य स्थितीत त्यांची जनमानसांवर क्रेझ असते. कसाही असेना का पण आपल्या आवडत्या हिरोचा किंवा हिरॉईनचा चित्रपट आहे म्हटल्यावर बघायचाच असं म्हणणारा प्रेक्षकवर्ग काही कमी नाही.

शिवाय दोन किंवा तीन तगडे हिरो एकत्र, त्यांची एकंदर धडाकेबाज एक्शन किंवा सुपरफास्ट कॉमेडी आणि जोडीला दोन- दोन, तीन-तीन मदनिका कि ज्यांच्या चेहऱ्यावरून आणि कमनीय बांध्यावरून नजर हटता हटत नाही, असा सगळा नजरेला सुखावणारा देखावा पाहायला कुणाला आवडणार नाही. त्यातच अशा प्रकारचे सिनेमे तद्दन व्यावसायिक असल्यामुळे ॲडव्हरटायजिंग वरती सुद्धा वारेमाप खर्च केलेला असतो. मग आडव्या धाटणीचे आयताकृती पोस्टर व ते संपूर्णपणे भरून दिसणाऱ्या हिरो-हिरॉईनच्या स्टायलिश अदा पाहून प्रेक्षक मोठ्या प्रमाणात थिएटरकडे खेचला जातो.

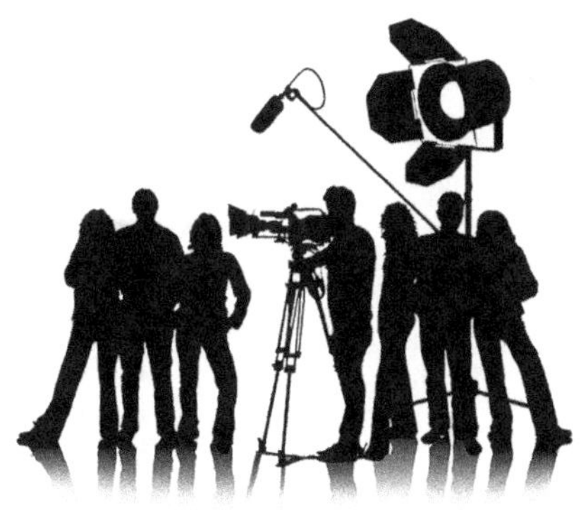

बऱ्याचवेळा आपल्या आवडत्या हिरोने जरी निराशा केली तरी कुणाचा तरी अभिनय, एक्शन, कॉमेडी, अदा, सौंदर्य काही ना काही प्रेक्षकांना आवडतंच आणि आपले पैसे फुकट न गेल्याचं समाधान त्यांच्या चेहऱ्यावर दिसत राहतं. एक गोष्ट पूर्वी सांगितल्या प्रमाणे या चित्रपटात अनेकांची 'ऑन स्क्रिन केमिस्ट्री' हमखास बघायला मिळते. नवे-नवे केलेले प्रयोग पाहायला मिळतात. एकूणच काय डिस्टिंक्शन नाही मिळालं तरी अशा चित्रपटात नापास होण्याची भीती निर्मात्याला जवळ जवळ नसते.

अशा पद्धतीचा सिनेमा बनवत असताना ठराविक वेळेत अनेक कलाकारांना योग्य न्याय देताना, दिग्दर्शकाची कसोटी लागते. मग ते प्रत्येकाला संवाद देण्यापासून ते त्यांच्यावर फिरणारा कॅमेरा, ही कसरतच ठरते. अनेक पात्रांना न्याय देताना चित्रपटावरची कमांड सुटण्याची आणि तो भरकटण्याची दाट शक्यता असते. ही तारेवरची कसरत पेलतच, प्रेक्षकांचंही समाधान त्याला करावं लागतं आणि निर्मात्याच्या गल्ल्यातही भर पडेल, याची काळजी घ्यावी लागते.

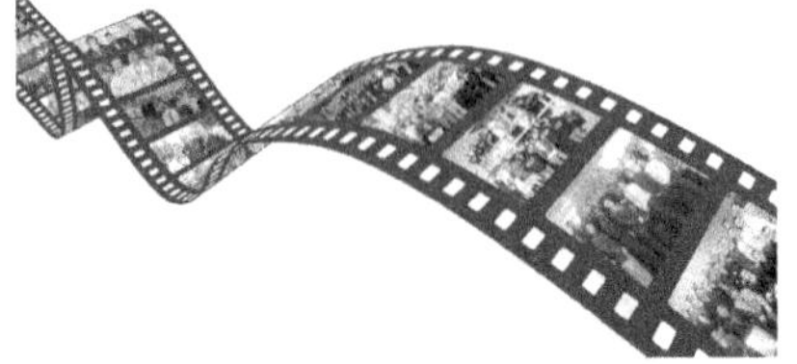

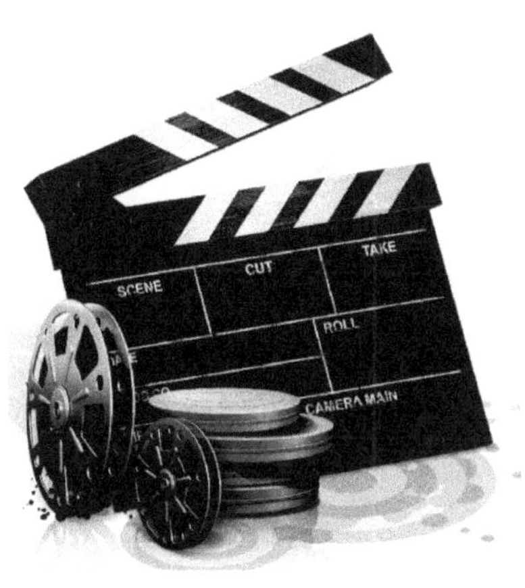

दिग्दर्शकाच्या अभ्यासाला अंत नाही. त्याच्या बुद्धिमत्तेच्या धुमाऱ्यावरच तर सिनेमाचा सगळा खेळ चालतो. दिग्दर्शक जेवढा चोखंदळ आणि स्टायलिश तेवढा चित्रपट प्रेक्षकाभिमुख. आणि यासाठी जुन्या यशस्वी दिग्दर्शकांच्या दिग्दर्शन शैलींचा अभ्यास नवोदितांना परिपूर्णतेकडे घेऊन जातो. समृद्ध दिग्दर्शकांचा अभ्यास करता-करता दिग्दर्शक स्वतःच समृद्ध होऊन जातो.

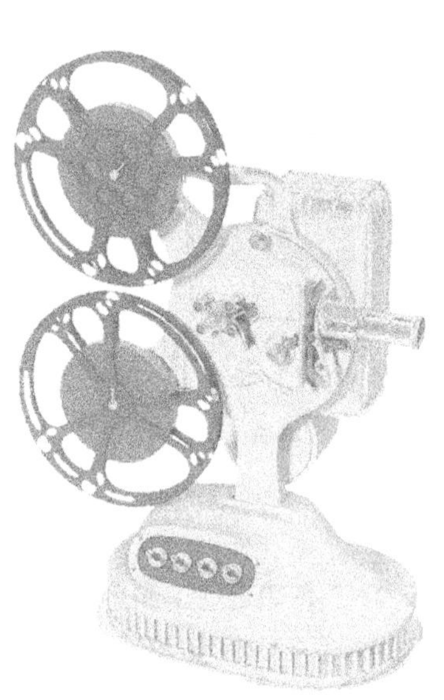

29

डिरेक्शन स्टाईल.

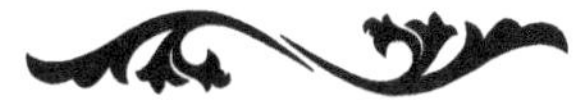

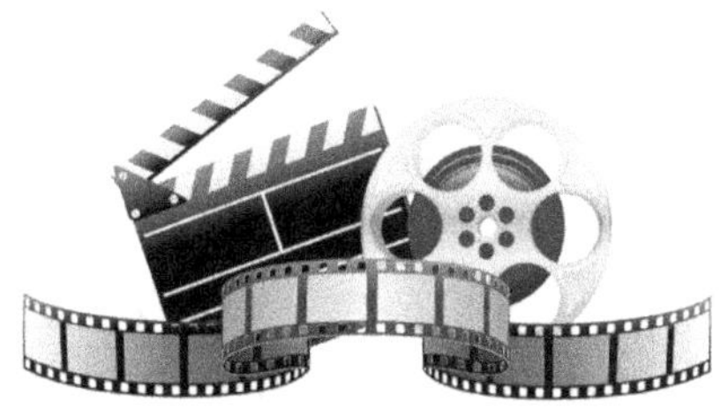

'डिरेक्शन स्टाईल' हा खूप उत्सुकतेचा आणि अभ्यासाचा विषय आहे. आजपर्यंत सिनेसृष्टीनं अनेक चित्रपट पाहिले आणि दिग्दर्शकही. प्रत्येकाची निराळी स्टाईल आणि प्रत्येकाचे चित्रपट ही वेगवेगळ्या वाटेवरचे. पण त्यांच्या एकंदर स्वतःच्या सिनेमांचा अभ्यास केला तर काही गोष्टी प्रत्येक चित्रपटात साम्य दाखवतात. तीच त्यांची स्टाईल म्हणजे त्यांचे चित्रपट एका विशिष्ट धाटणीचे वाटतात, विशिष्ट वळणाने जाणारे वाटतात.

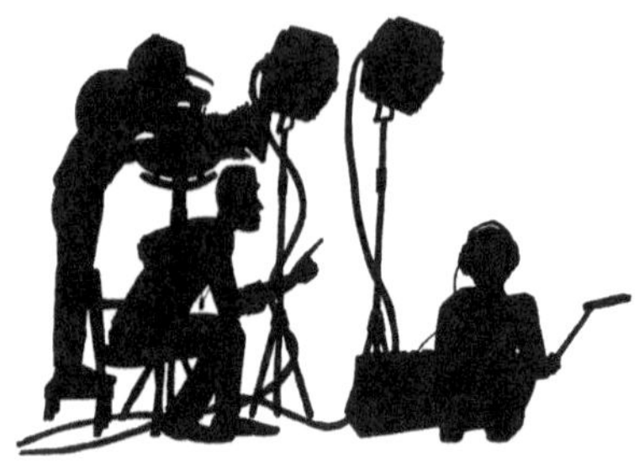

यशस्वी चित्रपटा संदर्भात अभ्यास केला असता काही दिग्दर्शकांचे सिनेमे भव्य-दिव्य वाटतात. डोळे दिपवणारा झगमगाट आणि देखावा त्यांनी उभारलेला असतो. कुणाचे सिनेमे सामाजिक वास्तवतेच्या खूप जवळ जातात. काही दिग्दर्शक आपल्याला स्वप्नांच्या दुनियेतून खाली उतरूच देत नाहीत. तर काहींचे आशय प्रधान, मार्मिक, जीवनमूल्य शिकवणारे वाटतात. ज्या परिस्थितीत दिग्दर्शकाची जडण-घडण झाली त्या सामाजिक, शैक्षणिक, राजकीय अशा अनेक पैलूंचा प्रभाव दिग्दर्शकांच्या दिग्दर्शन शैलीवर होतो, होत आलेला आहे. शिवाय त्यांची मॅच्युरिटी, बौद्धिक जाण, आकलन क्षमता, सामाजिक संवेदना आणि क्रिएटीव्हीटीचाही प्रभाव त्यांच्या चित्रपटावर पडतो.

एकूणच परिपक्वतेकडे जाणाराच हा प्रवास असल्यामुळे या लोकांचे चित्रपट परिपक्व असतात, वाटतात, यशस्वीही होतात. कुणाची काय 'स्टाईल' आहे हे इथे सांगण्याचा माझा हेतू नाही. पण अनेक दिग्गज दिग्दर्शकांच्या दिग्दर्शन शैलीमुळे समृद्ध झालेले सिनेमे जाणीवपूर्वक पाहताना आपली दिग्दर्शनशैली विकसित होत असते आणि ती तशी व्हावी यासाठी प्रयत्न करणे जरुरी आहे.

नवोदित दिग्दर्शकांनी आणि अभिनेत्यांनी आपली शैली विकसित व्हावी यासाठी या निरनिराळ्या दिग्दर्शकांचे सिनेमे समीक्षकांच्या

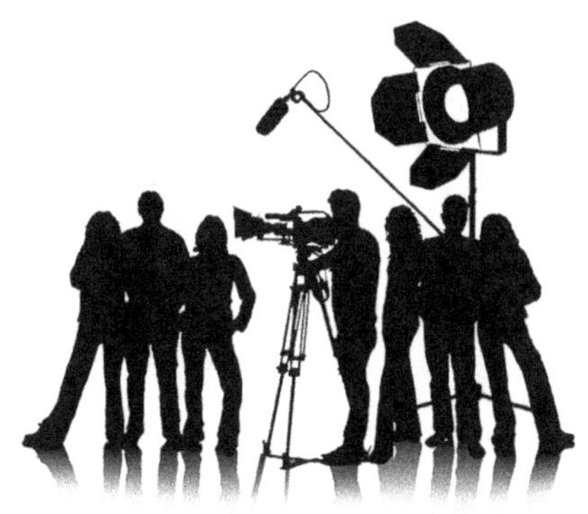

आणि विश्लेषकांच्या नजरेतून पहावे. जाणीवपूर्वक एका-एका दिग्दर्शकांचे सिनेमे ओळीने घेऊन पाहणे, त्यावर चर्चा करणे, त्यातील भुरळ घालणाऱ्या गोष्टी, त्या तशा का होत्या, त्यामागची कारणं, एखादी गोष्ट नाही आवडली तर त्या ऐवजी काय असायला हवं होतं, अशा अनेक मुद्द्यावरती चर्चा आणि अभ्यास करता येतो. दोन वेगवेगळ्या दिग्दर्शकांचं कम्पॅरिझन करणं आणि त्यांच्या उणिवा आणि जाणिवा, प्लस पॉइन्ट आणि मायनस पॉइन्ट यांची दखल घेता येते.

यशस्वी दिग्दर्शकांची निश्चितच काही यशस्वी सूत्रं असतात. त्यातून ती आपल्याला मिळतात. एकंदर आपला दृष्टिकोन विकसित करण्यात मदत होते. नवीन काळानुसार या दिग्दर्शकांच्या शैली नव्या दमानं मांडणं किंवा त्यांना आहे त्या पुढे नेणं, हे कसबही शिकता येतं.

हे सगळं करता करता मग स्वतःची एक नवी वैशिष्ट्यपूर्ण स्टाईल(शैली) विकसित होते, करायची असते. पण एक गोष्ट मात्र जाणीवपूर्वक टाळणं गरजेचं आहे, ती म्हणजे कॉपी अँड पेस्ट.

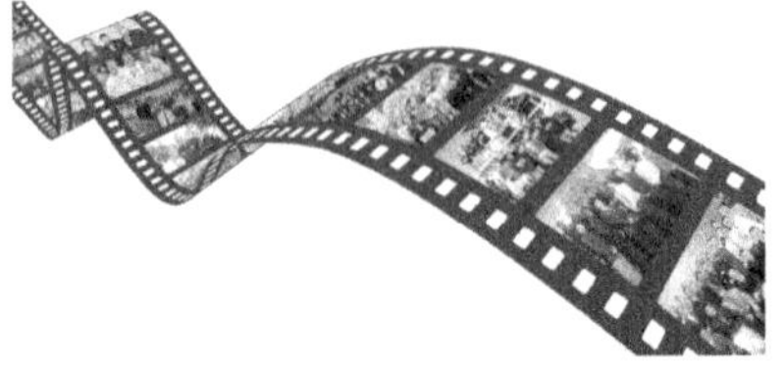

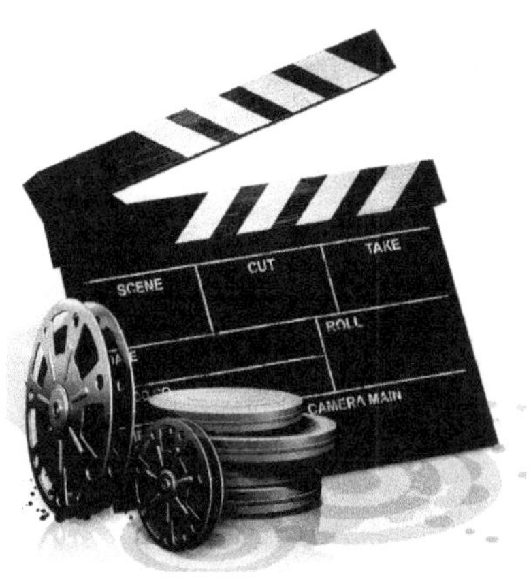

सिनेमा निर्मिती ही एक जटिल प्रक्रिया आहे. पडद्यावर दिसणाऱ्या सुखद गोष्टी उभ्या करणारा प्रत्येकजण पण सर्वसामान्यच असतो. त्यालाही मन, भावना आणि तुमच्या माझ्यासारख्या रोजच्या जीवनातल्या समस्या असतात. पडद्यावर तीन तासांचा चालणारा हा खेळ उभा करताना खऱ्या आयुष्याची तीन-तीन वर्षे संपतात. कितीही सुखद वाटला सिनेमा तरी तो उभा करताना शेकडो लोकांच्या आयुष्याचाच सिनेमा बनून जातो.

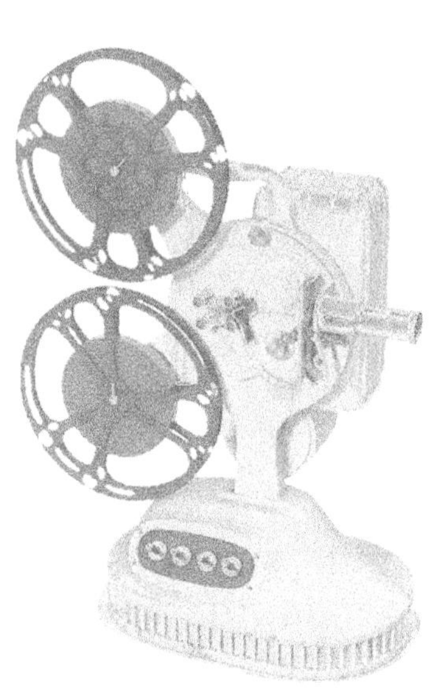

30

सिनेमा बियॉन्ड सिनेमा

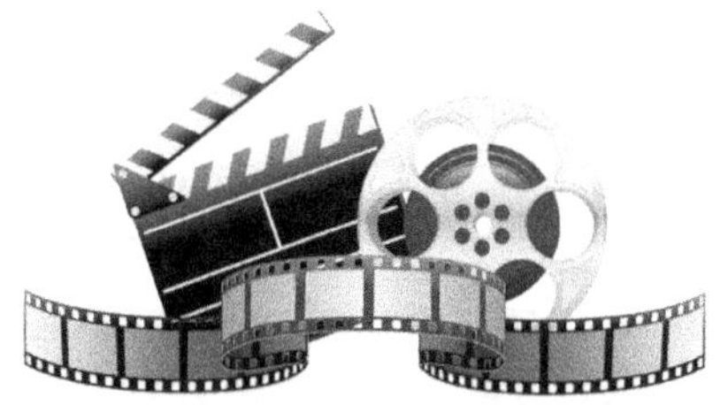

चित्रपटांची ॲडव्हरटाईज, प्रिमिअर, प्रोमोज दणक्यात होतात. ते पाहून खूप मोठ्या प्रमाणात प्रेक्षक चित्रपट गृहांकडे जातो आणि चित्रपट पाहून येतो. पडद्यावर उभं केलेलं विश्व पाहून तो भारावतो, सुखावतो. आपणही त्या सिनेमात असावं असं त्याला वाटतं. कमीत कमी त्या सिनेमाचा एखादा भाग तरी असावं, असं मनोमन वाटतं. आणि हे अनेकांना वाटतं. कारण इतका तो सिनेमा, त्यातलं विश्व त्याला भावलेलं असतं. त्याला दिसतो तो फक्त पडद्यावरचा सिनेमा. पण

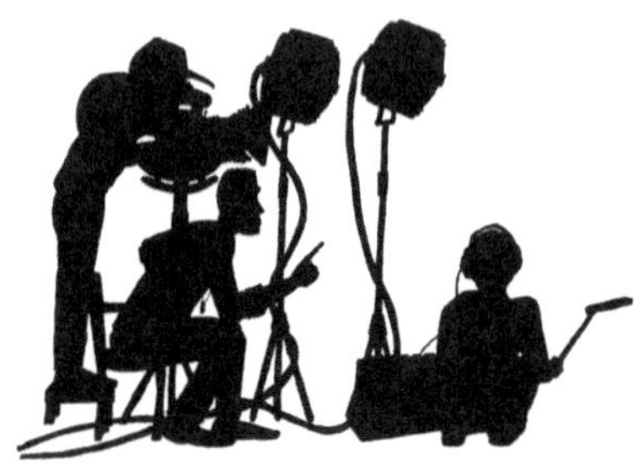

त्याच्या पाठीमागं एक रिअल सिनेमा चालू असतो, तो कुठे त्याला माहित असतो. सिनेमा बियॉन्ड सिनेमा..!!

सिनेमा निर्मिती ही एक मोठी प्रोसिजर आहे. महिनो-महिने, कधी-कधी दोन-तीन वर्षे एका सिनेमाचं काम चालू असतं. एक सिनेमा बनवणं म्हणजे शेकडो लोकांची एक टीम अव्याहत राबत असते. मुळात निर्मिती संकल्पनेपासून एक-एक करत यात लोकांची भर पडत जाते. काळाच्या ओघात लोकं जवळ येत जातात. साध्या ओळखीचं रूपांतर कधी घट्ट मैत्रीत तर कधी व्यावसायिक हितसंबंधात होतं. महिनों महिने चालणाऱ्या कामकाजात जवळ आलेली माणसं आणखी जवळ येतात. जवळीकतेतून मग एकमेकांच्या प्रेमात पडतात. कधी त्यातून नवीन संसार उभे राहतात तर कधी याच जवळीकतेतून जुने वर्षानुवर्षे भक्कम असलेले संसार पत्त्याच्या बंगल्याप्रमाणे कोसळतात. कुणाला पहिली संधी मिळते, आयुष्याचा, करिअरचा ट्रॅक सापडतो. तो सुखी संसाराची स्वप्नं बघू लागतो. तर कुणाची प्रोजेक्टमधून किंवा प्रॉडक्शन हाऊस मधून एक्झिट होते, हकालपट्टी होते.

एखादा चित्रपट हिट होतो आणि एखाद्याचं पाठीमागलं सगळं अपयश धुऊन काढतो. त्याला लोकांच्या गळ्यातला ताईत बनवतो तर कुणाचा चित्रपट अपयशी झाला म्हणून एखादा प्रोड्युसर रस्त्यावर

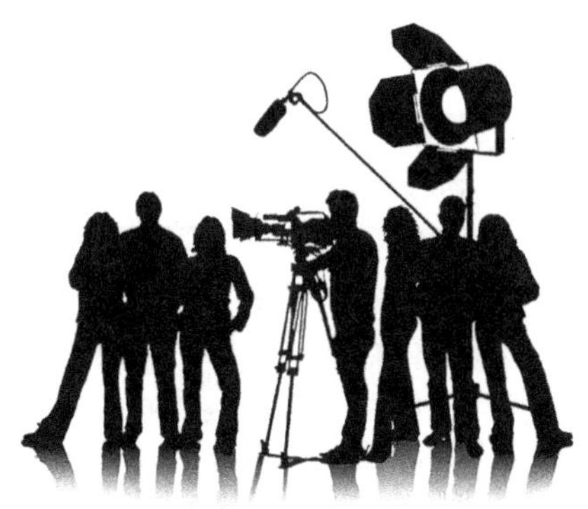

देखील येतो. एका चित्रपटाच्या टीममध्ये शेकडो लोकं प्रत्यक्ष-अप्रत्यक्ष काम करत असतात. कुणाची गाणी यावर्षी पहिल्यांदाच येणार असतात. त्यामुळे तो उत्सुक असतो. कुणी सिनेमॅटोग्राफी किंवा कोरिओग्राफी लाजवाब केलेली असते, तो अवॉर्ड्सच्या प्रतिक्षेत असतो. कुणाला स्वतःला सिद्ध करून घरातल्यांची आणि समाजाची तोंडं बंद करायची असतात. म्हणून तो मिळेल ते साईड एक्स्टसारखे काम करून डावात राहण्याचा प्रयत्न करतो, तर कुणी मोठा स्टार बनण्याच्या नादापायी स्ट्रगल करत उपाशी असतो आणि दोन दिवसांची भूक मिटवण्यासाठी हजार-दोन हजार रुपयांत मॉबमध्ये एक्स्ट्रॉचं काम करतो. कुणी पैसे गुंतवलेले असतात तर कुणाचे अडकलेले असतात. कोण एखाद्याच्या कामावर खुश असतो तर कोण एखाद्याला वैतागलेला असतो. एखाद्याकडं भरपूर पैसा आणि सगळं काही असूनही त्याला सिनेमा हिट व्हायची गॅरंटी वाटत नाही तर एखाद्याला, आपला सिनेमा सुपरहिट होणार याची खात्री असूनही निर्मिती पूर्ण होतेय की नाही याची गॅरंटी असत नाही.

कोण करिअरसाठी स्वतःचं बाळ शेजाऱ्यांकडं ठेऊन आलेलं असतं तर कुणाचं जवळचं माणूस हॉस्पिटल मध्ये असतानाही लेट नाईट पॅक-

अप होईपर्यंत त्याला घरी जाता येत नसतं. कित्येक लोक आयुष्यात पहिल्यांदाच भेटत असतात आणि आयुष्यभराचे साथी बनतात तर काही फक्त तेवढ्या पुरतच भेटतात आणि आयुष्याच्या प्रवासात पुन्हा कधीच एकत्र येत नाहीत. एखाद्या अनोळखी ठिकाणी चार-चार महिने शूटिंग सुरु असतं. तिथल्या स्थानिक लोकांशी, मातीशी भावनिक नाळ जोडली जाते. ती घट्ट होत असते, हवी-हवीशी वाटत असते आणि अचानक एके दिवशी पॅक-अप..! जोडलेले बंध तोडून पुढच्या नव्या ठिकाणी नवे बंध निर्माण करण्यासाठीचं स्थलांतर. वाटतं तितकं सोपं नाही हे. मानसिक आणि भावनिक पातळीवर खूप संवेदनशील असतं ते.

सिनेमाचं विश्व खरोखरच भारदस्त असतं, भारलेलं असतं, पण ते पडद्यावर. त्यापाठीमागे मात्र तुमच्या माझ्या जीवनासारखाच एक रिअल सिनेमा चालू असतो. त्यामध्ये खूप मौज असते, मजा असते, प्रेम असतं, विरह असतो, दुःख असतं, आशा असते, भांडण असतं, मैत्री असते. जवळ येणं, दूर जाणं, रुसणं-फुगणं सगळं काही असतं.

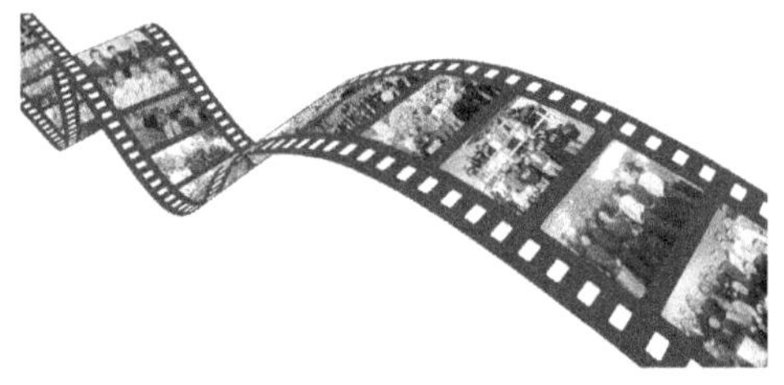

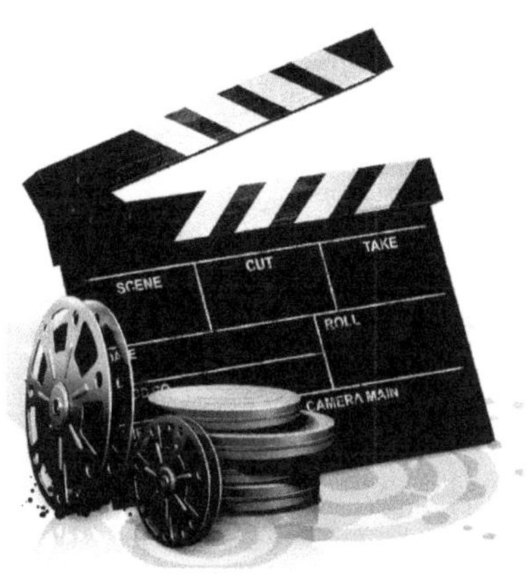

शतकभरापूर्वी सुरुवात झालेल्या इथल्या सिनेमा इंडस्ट्रीनं वैश्विक रूप धारण केलय. सिनेमाची गुणवत्ता आणि लोकप्रियता याबाबतीत इथला सिनेमा सर्वोच्च आहेच, पण करोडो लोकांना प्रत्यक्ष-अप्रत्यक्ष रोजगार आणि करिअरची संधी देणारी ही फॅक्टरीसुद्धा आहे. इथलं पोटॅन्शिअल दिवसेंदिवस वाढतच जाईल. कारण या इंडस्ट्रीची डेप्थ ही वाढतेय आणि कक्षाही..! दिवसेंदिवस ही इंडस्ट्री शक्तिमान, कीर्तीमान आणि गतिमान बनतेय.

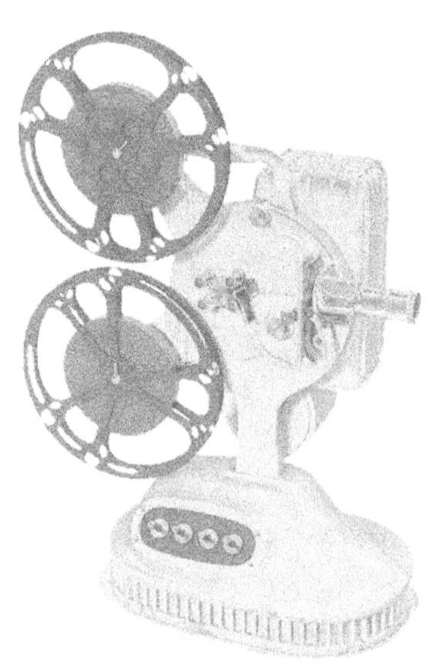

31

इंडियन फिल्म इंडस्ट्री

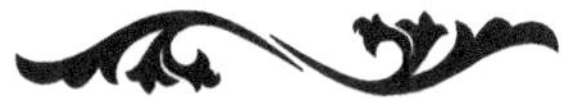

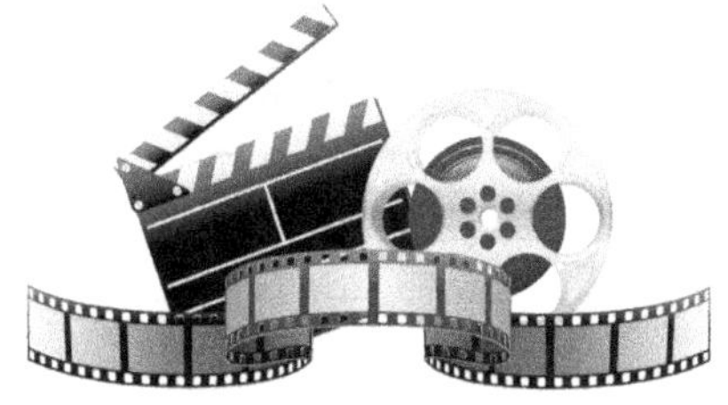

'इंडियन फिल्म इंडस्ट्री' जगाला पडलेलं सुंदर स्वप्नच जणू. कधी काळी इंग्रजांच्या जमान्यात त्यांच्याकडचे मुकपट इथं दाखवले जायचे. त्या काळात इथल्या बहुसंख्य समाजाला सिनेमा हा प्रकारच माहित नव्हता. अशा काळात 'दादासाहेब फाळके' यांनी भारतीय सिनेमाची सुरुवात केली. एका चित्रपटापासून सुरु झालेला हा प्रवास जगातल्या एका खूप मोठ्या इंडस्ट्रीजच्या रुपात उभा राहील, असं कदाचित त्या काळात कुणाच्या स्वप्नातदेखील नसेल. पण आज मात्र 'इंडियन फिल्म इंडस्ट्री' संपूर्ण जगावर आपला ठसा उमटवून करोडो चाहत्यांच्या आशिर्वादावर अगदी दिमाखात उभी आहे.

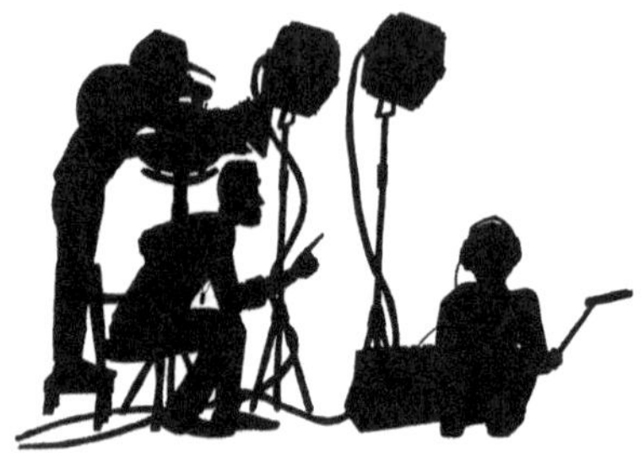

कोणत्याही गोष्टीची सुरवात लहानातूनच होते. इथंही तेच झालं. शिवाय सुरवातीच्या काळात टेक्निकल बाबींपासून ते अनेक गोष्टीपर्यंत सगळ्यांवर मर्यादा येतात, इथंही आल्या. पण मुकपटापासून सुरु झालेला प्रवास बोलपटांपर्यंत आणि ब्लॅक अँड व्हाईट पासून ते कलर पर्यंत कुठेच थांबला नाही. अनंत अडथळ्यांना पार करत इंडस्ट्री पुढे सरकत राहिली, मोठी होत राहिली आणि आज सर्वदूर पसरली. दर वर्षी नवीन कात टाकत नवनवीन कलाकार आणि तंत्रज्ञांना सामाविष्ट करत, स्वप्नवत करोडोंची हृदयं जिंकत राहिली.

भारतीय सिनेमा हा जगातील कुठल्याही सिनेमापेक्षा वेगळा आणि सरस आहे. स्वतःचं असं त्याचं अस्तित्व आहे. जगातल्या बहुतेक सिनेमांच्या लांबीपेक्षा इथला सिनेमा मोठा आहे. इथल्या सिनेमाचा वात्सल्य, प्रेम आणि कुटुंब व्यवस्था हाच मोठा गाभा आहे. जगातल्या कुठल्याही देशापेक्षा सरस असं शास्त्रीय संगीत या देशाचं आहे. त्याच्या मजबूत पायावरच भारतीय सिनेमाचं संगीत उभं आहे. कथानकाच्या बाबतीतही नानाविध आणि अस्सल दर्जेदार असं कथाबीज आहे. जगातल्या अव्वल ललनांना लाजवतील अशा सौंदर्यवतींपासून ते सामाजिक जाण आणि भान या प्रत्येक बाबतीत भारतीय सिनेमा आणि सिनेमा इंडस्ट्री अव्वल आहे.

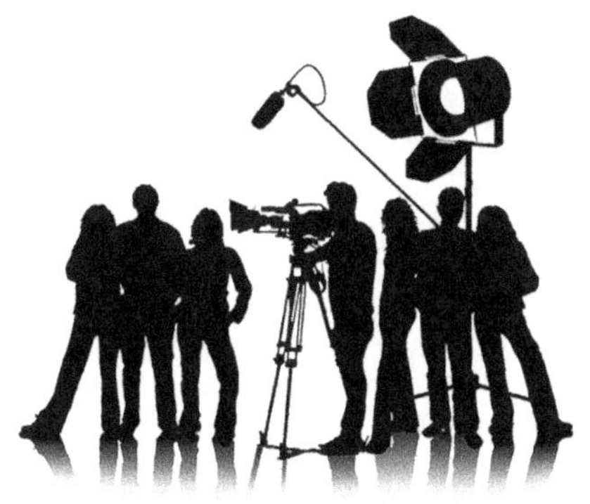

सगळ्यात वैशिष्ट्यपूर्ण गोष्ट म्हणजे मुख्य हिंदी भाषिक सिनेमा सर्वव्याप्त आहेच, पण या इंडस्ट्रीनं अनेक छोट्या मोठ्या, प्रादेशिक सिनेमाला सामावून घेतलंय. अनेक भाषा आणि संस्कृतीनं गजबजलेल्या या देशात या भाषा आणि संस्कृतीचा इथल्या फिल्म इंडस्ट्रीवर ही मोठा पगडा आहे. प्रत्येक भाषेगणिक एक स्वतंत्र इंडस्ट्री इथं उभी आहे. या सर्व बहुभाषिक आणि हिंदी या मुख्य प्रवाहातील सिनेमांना एकत्र धरूनच 'इंडियन फिल्म इंडस्ट्री' ही संकल्पना पाहिली जाते.

प्रेक्षकांचं मनोरंजन करण्यात ही इंडस्ट्री कधीच कमी पडली नाही. प्रांताच्या, देशाच्या सीमा भेदत आता ही इंडस्ट्री जागतिक पातळीवर प्रतिनिधित्व करतेय. फक्त परदेशातील भारतीय प्रेक्षकांनाच नव्हे तर अभारतीय प्रेक्षक आणि कलाकारांनाही या इंडस्ट्रीनं केव्हाच वेड लावलंय. वैश्विक पातळीवर इंडियन सिनेमा हा एक मोठा कॅनव्हास बनलाय.

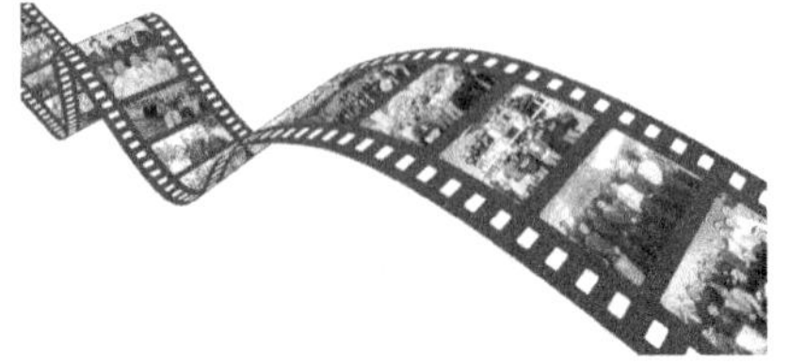

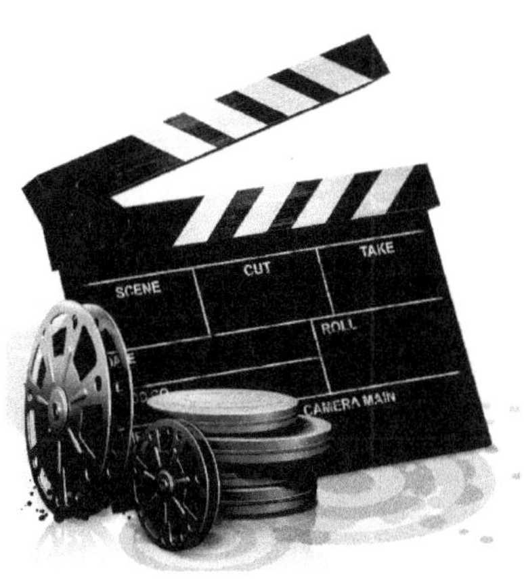

सोशल मीडिया आणि डिजिटल युगामुळं लोकं एकमेकांच्या सतत संपर्कात आहेत. तुमचे सिनेमे चांगले आहेत किंवा वाईट, हे त्यांना लगेच समजतं, ते ही न पाहता, एकाकडून दुसऱ्याला. त्यामुळे तुमची निर्मिती ही नेहमी दर्जेदारच हवी. तुम्ही नेहमी चांगले सिनेमे देता किंवा तुमचे सिनेमे चांगले असतात, हे लोकांना जोपर्यंत पटत नाही तोपर्यंत तुमची काही खैर नाही. सो ब्रॅण्ड युअरसेल्फ..!!

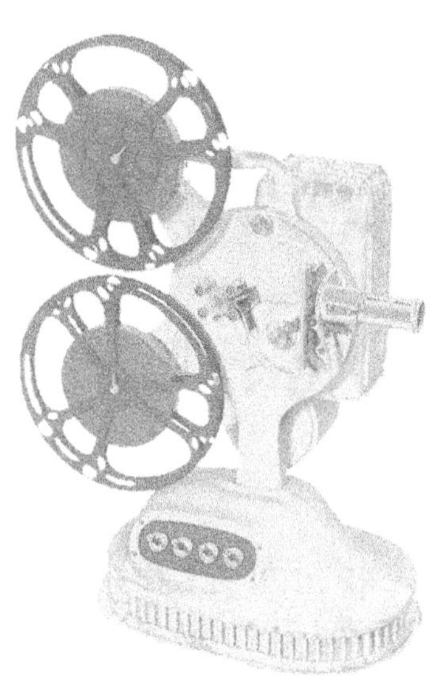

32

ब्रॅण्ड सिनेमा

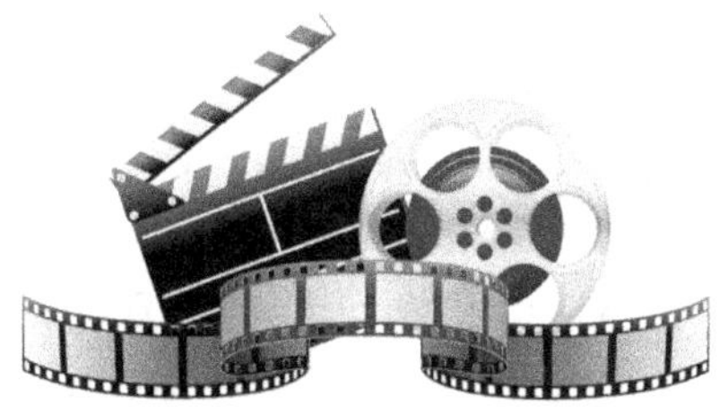

एखाद्या दिग्दर्शक, निर्माता किंवा प्रॉडक्शन कंपनीकरता चित्रपट बनवणे ही अव्याहत प्रोसेस आहे. नवनवीन संकल्पना घेऊन त्यावर चित्रपट बनवणं, हे त्यांचं काम आहे. अशा अनेक निर्माता, दिग्दर्शक आणि कंपन्यांनी उत्कृष्ट सिनेमे देत आपलं नाव सर्वपरिचित केलंय. अशा निर्माता, दिग्दर्शक किंवा कंपन्यांचा(प्रॉडक्शन हाऊस) सिनेमा येणार म्हटल्यावर लोक खूप उत्सुक असतात. त्यांचा सिनेमा आवर्जून पाहतात.

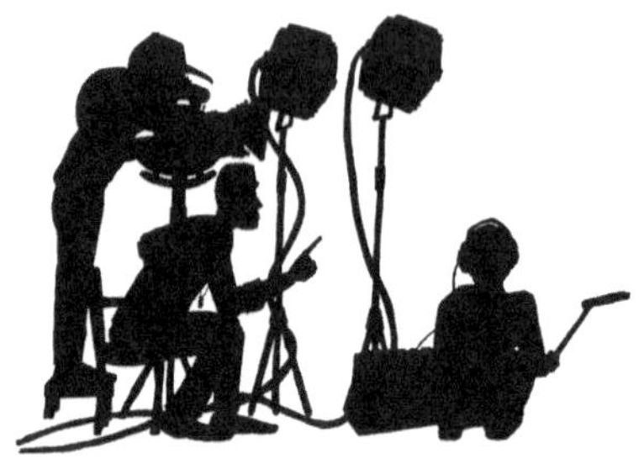

याचाच अर्थ त्यांच्या स्वतःच्या किंवा कंपनीच्या नावाचा 'ब्रॅण्ड' प्रेक्षकात निर्माण झालेला आहे. प्रत्येक कलाकार, टेक्निशिअन किंवा निर्माता, दिग्दर्शक आणि प्रॉडक्शन बॅनरसाठी ही खूप आवश्यक आणि अभिमानाची गोष्ट आहे, आणि असली पाहिजे.

बऱ्याचवेळा असं होतं की एखाद्या निर्माता किंवा दिग्दर्शकांकडून पहिल्या किंवा सुरवातीच्या प्रयत्नांत टुकार सिनेमे तयार होतात. अशावेळी प्रेक्षकांचा रसभंग होतो व नंतर ते लोक अशा निर्माता-दिग्दर्शकांचा सिनेमा पहायला जाताना विचार करतात. यात गैर काही आहे असं अजिबात नाही. पण निर्माता दिग्दर्शकांनी या गोष्टीकडे लाजीरवाणेपणे न बघता स्वतःतील कमतरता दूर करण्याचा प्रयत्न करावा व नव्याने सुरवात करावी. कदाचित थोडा वेळही लागेल किंवा चांगली दर्जेदार निर्मिती करूनही लोक लगेच स्वीकारतील असं नाही.

पण एक गोष्ट लक्षात ठेवा, प्रेक्षक खूप हुशार आणि संवेदनशील असतो. आतापर्यंत जो प्रेक्षक तुमच्या सिनेमाकडे फिरकत नव्हता, एकदा का त्यांना समजलं की तुमचे चित्रपट दर्जेदार आहेत किंवा असतात मग पहा, चित्रपटगृहं हाऊस फुल्ल होऊ लागतील. तुमचा चित्रपट आहे म्हटलं की लोकांचे पाय आपोआप थिएटरकडे वळतील. मग मात्र तुमची जबाबदारी वाढते. कारण ब्रॅण्ड निर्माण करणं एकवेळ

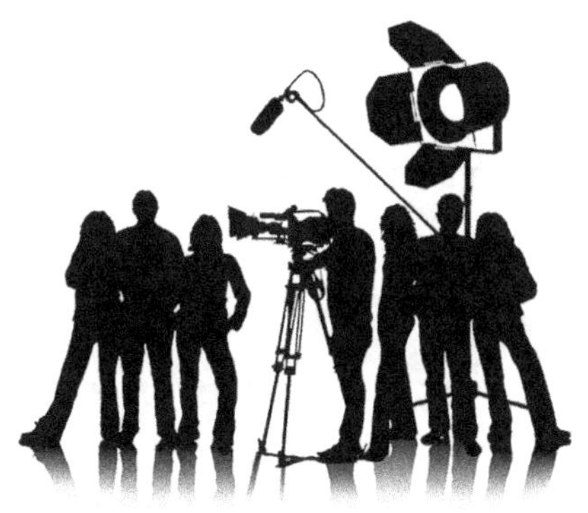

खूप सोपं आहे, पण तो टिकवणं खूपच अवघड..!!

नशिबानं काही लोकांना पहिल्याच प्रयत्नात यश मिळतं. त्यांच्या सिनेमाचं किंवा त्या त्या हिरो-हिरॉईन, निर्माता किंवा दिग्दर्शकाचं खूप नाव होतं. पण बऱ्याचदा असा अनुभव येतो की त्यांचे तिथून पुढचे प्रयत्न प्रेक्षकांना खुश करू शकत नाहीत. अशा वेळीही ब्रॅण्ड निर्मिती होत असते, पण ती मात्र निगेटिव्ह असते.

निगेटिव्ह ब्रॅण्डिंग ही गोष्ट खूप घातक असते, याबाबत सतत जागरूक राहा. यासाठी कलाकारांनी सिनेमांची निवड, कथानकाचा दर्जा, डिरेक्शन, निर्मिती संस्था यांची निवड करताना खूप चोखंदळ राहावं लागेल आणि निर्माता, दिग्दर्शक आणि निर्मिती संस्थांनी जागरूक. नेहमी लक्षात ठेवा, तुम्ही जे काही करता ते समाजापर्यंत पोहचत असतं, पॉझिटिव्ह किंवा निगेटिव्ह रुपात आणि लोकं खूप चोखंदळ, जागरूक आणि संवेदनशील असतात. त्यांच्या या गोष्टींना तुम्ही न घाबरता त्याचा उपयोग तुमच्या यशासाठी करून घ्या.

एकदा का ब्रॅण्ड निर्माण झाला की, मग हेच चोखंदळ, जागरूक आणि संवेदनशील लोक तुम्हाला डोक्यावर घेऊन नाचतील. पण त्यांच्या खांद्यांवर पाय ठेवून डोक्यावर बसणं आणि तोल न जाऊ देता, खूप काळासाठी स्वतःला सावरणं, खूप प्रयत्नांतीच शक्य आहे.

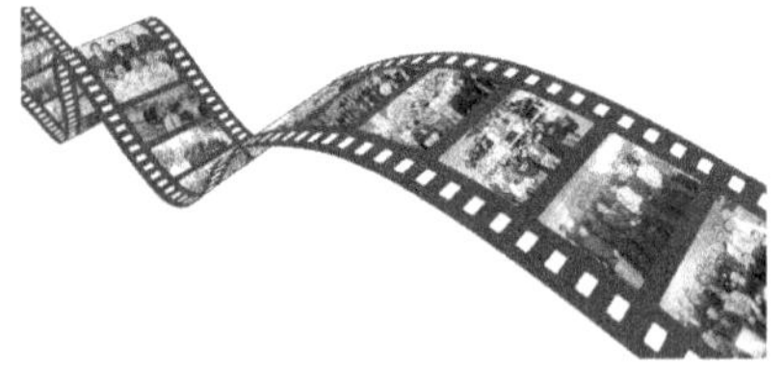

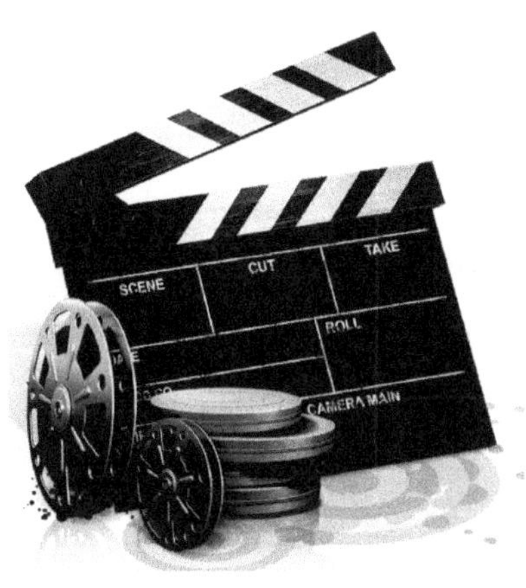

चित्रपट, सिरियल्स किंवा या क्षेत्रातले इतर शो ही एक करमणूक आहे आणि करमणुकीसाठी तुम्ही जे दाखवाल, ते अभिव्यक्ती स्वातंत्र्याखाली मान्य आहे. सेन्सॉरशिपचं तोकडं लुगडं जरी या व्यवसायाचं लज्जा रक्षण करत असलं तरी जागोजागी फाटलेल्या भोकांतून समाजाचं, येणाऱ्या पिढीचं आणि एकूणच कुटुंब व्यवस्थेचं खूप नुकसान होत आहे.

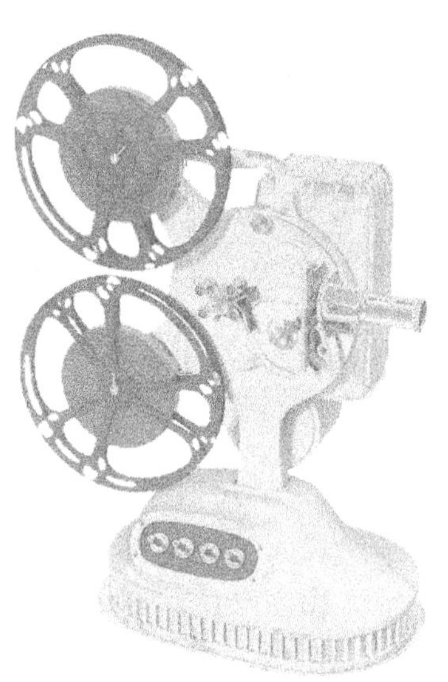

33

एंटरटेन्मेंट इज अ रिस्पॉन्सीबिलिटी.

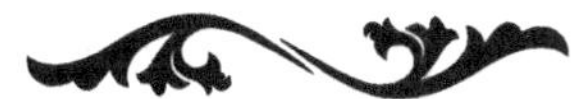

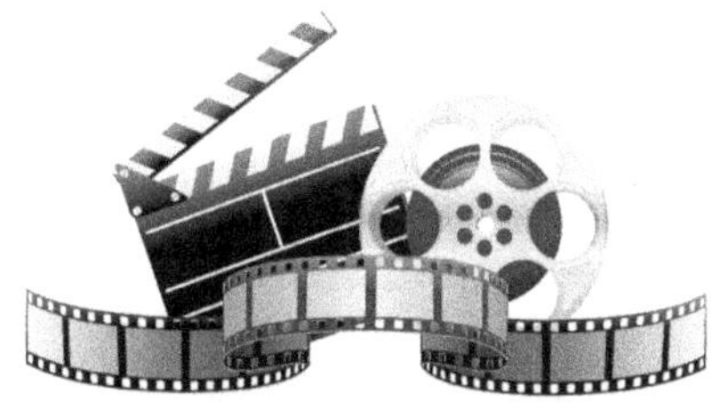

चॅनेल्स, चित्रपट, सिरियल्स, टीव्ही, थिएटर..! निखळ मनोरंजनासाठीची साधनं आणि पर्याय..!! गेल्या शतकभरापासून सुरु झालेला हा करमणुकीचा प्रवास प्रेक्षकाला हसवत आला, खेळवत आला. दमल्या भागलेल्यांना रिजवत आला. कधी प्रेमाचा सुरेल अविष्कार तर कधी देशभक्तीची, एकतेची भावना बळकट करत आला. या व्यवसायामुळेच आपली संस्कृती आणि परंपरा यांची ओळख आणखीनच दृढ झाली, तर अन्यायाविरुद्ध पेटून उठण्याची ताकत

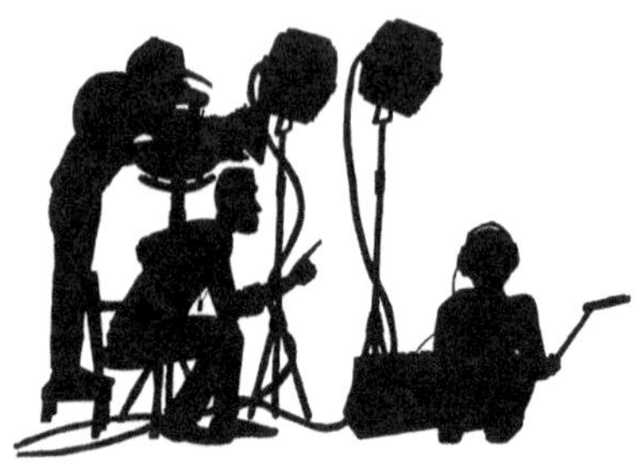

आणि सामाजिक विषमता कमी करण्यासाठी लागणारं मानसिक बळही मिळालं. पण ते मात्र कधी कधी, थोडं फार, अल्पसं आणि बहुतांश वेळा अजिबात नाही.

मूळ करमणुकीसाठी मांडलेला, उभा केलेला हा व्यवसाय. अश्लील आणि समाज विघातक गोष्टींना रोखण्यासाठी आणि पायबंद घालण्यासाठी सेन्सॉर सारखं एक व्यवस्थापन ही उभं केलं गेलं. या व्यवस्थापनानं आपली जबाबदारी मुळीच पार पाडली नाही, असं नाही. त्यांनीही त्यांचं काम निभावलं आहेच. बहुभाषिक, बहुधार्मिक आणि जातीव्यवस्थेवर आधारलेल्या समाजाचं अजिबात नुकसान होणार नाही आणि समाजात तेढ निर्माण होणार नाही, याची काळजी सेन्सॉरनं नक्कीच घेतलीय. पण या प्रशंसनीय कामाबरोबरच अश्लीलता आणि हिंसक दृश्य रोखण्याची दोर मात्र जरा जास्तच सैल सुटलीय. समाजामध्ये वाढत चाललेला लैंगिक अत्याचार आणि हिंसा याला तर आपण अजानतेपणे करमणुकीच्या नावाखाली खतपाणी घालत नाही ना, असा प्रश्न निर्माण झालाय.

सेन्सॉरच्या कात्रीची धार कदाचित कमी झाली ही असेल, पण निर्माता, दिग्दर्शक या नात्यानं आपण आपल्या बुद्धिमत्तेची, जाणिवेची आणि संवेदनांची धार बोथट करण्याचं काहीच कारण नाही.

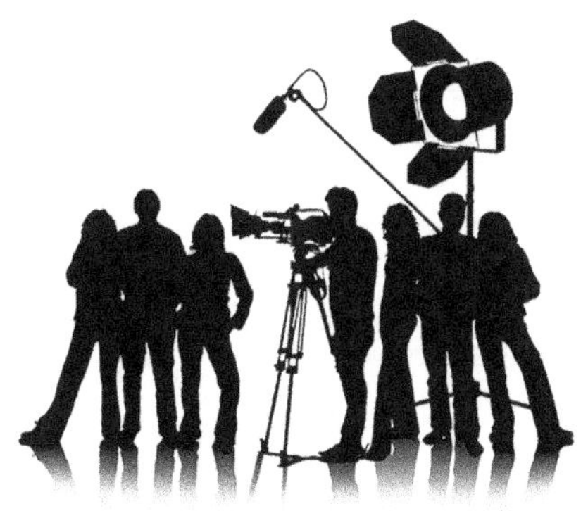

अफ्टर ऑल एंटरटेनमेंट इज नॉट ओन्ली एंटरटेनमेंट, इटस् अवर रिस्पॉन्सीबिलिटी.

.

रोज रोज दाखवले जाणारे आणि उदंड प्रतिसाद मिळवणारे डेलीसोप समाजात आणि कुटुंब व्यवस्थेत खुनशीपणा, तेढ आणि वैर वाढवताना दिसताहेत. निखळ मनोरंजन करत कलागुणांना वाव, संस्कृतीचं सुरेल दर्शन, निसर्गाचं महत्त्व, बौद्धिक विकास आणि भविष्याचा वेध घ्यायला लावतील अशा सिरियल्स आणि डेलीसोप्स दाखवणं आणि बनवणं खरंच शक्य नाही का? ती आपली जबाबदारी नाही का?

.

वृत्तवाहिन्यांवर होणारं भडक वार्तांकन आणि गंडे, दोरे या सारख्या प्रॉडक्टची विक्री करणारे कार्यक्रम यातून समाजाचं काहीच नुकसान होत नाही का?

.

एक छोटा मुलगा मोठा होता होता संपूर्ण आयुष्यात या माध्यमाद्वारे किती बलात्कार, खून, हिंसक घटना बघत असेल, याचा काही आकडा आहे का? आणि याचे समाजावर काहीच परिणाम होत नसतील का? करमणूक हे जबाबदारीचं काम नाही का?

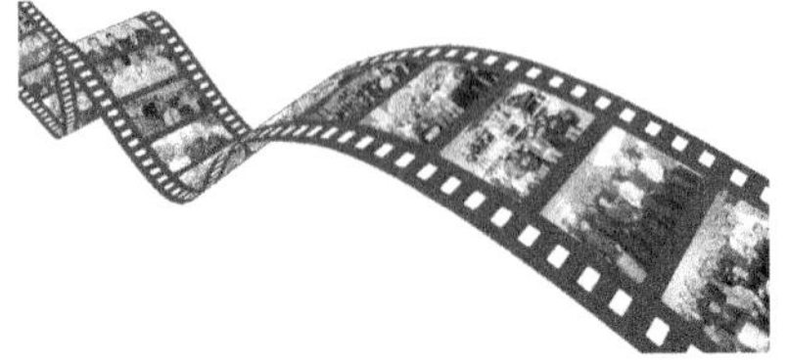

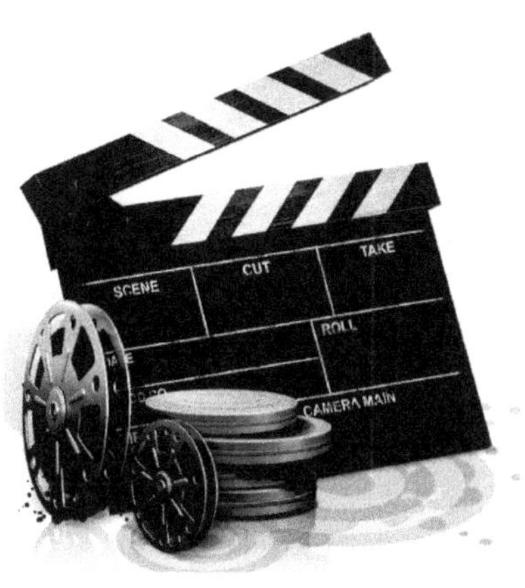

चित्रपट.. सर्व कलांमध्ये सशक्त असं कला माध्यम. अनेक कलांचा संगम आणि हुकमी करमणुकीची ताकत. त्यामुळं मिळालेला लोकाश्रयही मोठा. पण आजही लोकं वैयक्तिक, घरगुती किंवा मित्रांसोबत, कधी घरी तरी कधी थिएटरमध्ये चित्रपट पाहतात. त्यावर चर्चा करतात आणि फार तर दुसऱ्यांना बघण्यासाठी सुचवतात किंवा रोखतात. पण एवढ्या प्रभावी माध्यमाचा जीवनमूल्यांसाठी, सामाजिक जडणघडणीसाठी आणि मानवतेच्या कल्याणासाठी उपयोग करताना फारसे दिसत नाहीत.

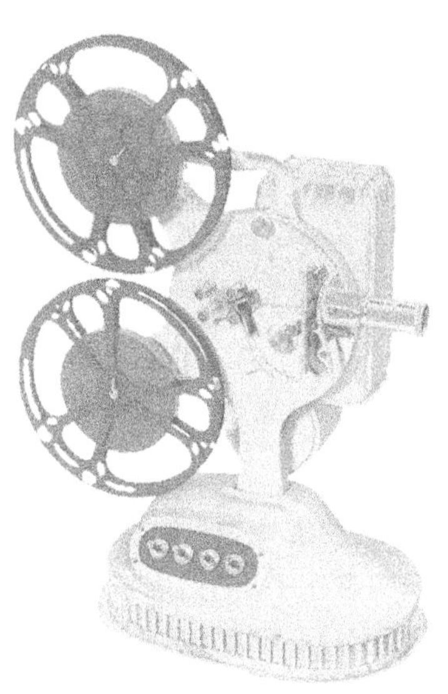

34

चित्रपट संस्कृती

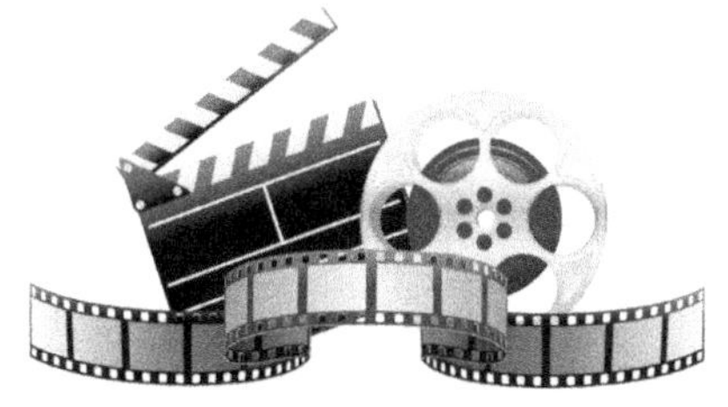

प्रत्येक समाजाची एक संस्कृती असते. त्याचे स्वतःचे इतरांपेक्षा वेगळे विचार असतात, धोरणं असतात, परंपरा असतात, चालीरीती असतात. या सर्वांची मिळूनच एक संस्कृती बनते, जी त्याला, समाजाला प्रत्येक बाबतीत खूप पुढं घेऊन जाते. चित्रपट हे एक प्रभावी माध्यम आहे. चित्रपट निर्माण करणारा (त्यामध्ये काम करणारांसहित) आणि चित्रपट पाहणारा, असे दोन वर्ग आहेत. पण या दोघांमध्ये खूप मोठं अंतर आहे.

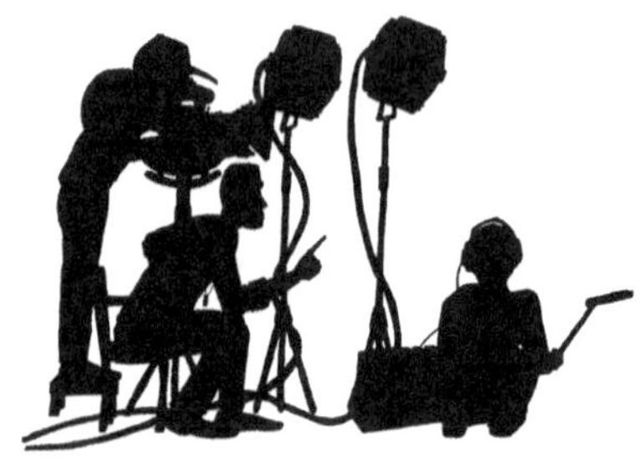

या माध्यमात काम करणाऱ्या लोकांचा खूप मोठा प्रभाव या चित्रपट बघणाऱ्यांवर पडतो. पण म्हणून हे लोक काही या इतर लोकांसाठी, एकूणच समाजाप्रती, त्यांच्या सामाजिक प्रगतीसाठी जागरूक असताना फारसे दिसत नाहीत. आणि चित्रपट पाहणारेही फॅशन व्यतिरिक्त त्यांच्याकडून त्यांचे स्ट्रगल, अखंड काम करण्याची वृत्ती, क्रिएटिव्हिटी, कला-कौशल्य इ. गोष्टी घेताना, शिकताना दिसत नाहीत.

करमणूकी बरोबरच या गोष्टींचाही समन्वय साधता आला तर एक वेगळीच संस्कृती उदयास येईल. फक्त वैयक्तिक, मित्रांसोबत किंवा कुटुंबियासमवेत फिल्म न बघता छोटे-छोटे क्लब निर्माण करून एकत्र चित्रपट पाहणं आणि त्यावर चिंतन, चर्चा करणं हे एक पहिलं पाऊल होऊ शकेल. निर्माता, कलाकार, तंत्रज्ञ यांच्या कामावर चर्चा, टिकाटिप्पणी करता करता एकूणच चित्रपटाचा आशय, हेतू आणि त्यातून समाजासाठी काही फायदा-नुकसान यावरही मंथन होईल. चित्रपट, कलाकार आणि तंत्रज्ञ यांच्यावर स्तुती सुमनांबरोबरच, सामाजिक हित आणि स्वतःच्या अभिव्यक्तीलाही वाव मिळेल.

अनेक ठिकाणी छोटे छोटे फिल्म फेस्टिव्हल्स भरवून समाजातील नवख्या कलाकार निर्मात्यांनाही प्रोत्साहन देता येईल. गावोगावी असणाऱ्या अशा क्लबस् आणि छोट्या-छोट्या फेस्टिव्हल्सना उपस्थित

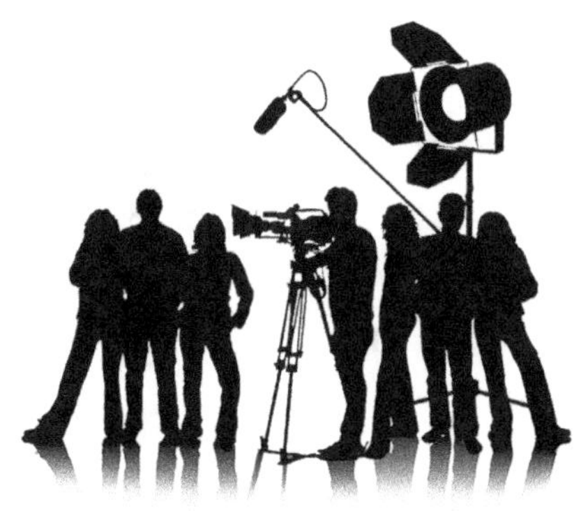

राहून स्टार मंडळीही आपलं दुरापास्त असलेलं दर्शन देऊन प्रेक्षकांना सुखावतील आणि त्यांचा स्वतःचा चाहतावर्ग वाढवतील.

अशाच क्लबसच्या माध्यमातून जुने, दर्जेदार सिनेमे दाखवून त्यावेळची संस्कृती, परंपरा, प्रेम, वात्सल्य यांची वाढ करता येईल. जीवनमूल्यांचा विकास करता येईल. इतर भाषिक आणि आंतरराष्ट्रीय सिनेमे याच माध्यमातून बघून आपली प्रगल्भता आणि वैचारिकता समृद्ध करता येईल.

पुणे-मुंबई यांसारख्या मोठ्या सिटीमध्ये अडकून पडलेल्या फिल्म इंडस्ट्रीचं विकेंद्रीकरण होण्यासाठी याची मदत होईल. स्थानिक कलाकारांनाही संधी मिळेल आणि हिडन टॅलेंटही समोर येईल. एक आदर्श चित्रपट संस्कृती, जीवनाचा आणि जीवनमूल्यांचा विकास करत राहील.

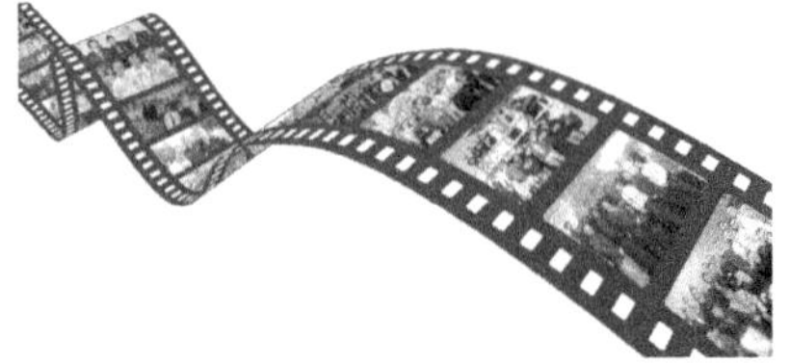

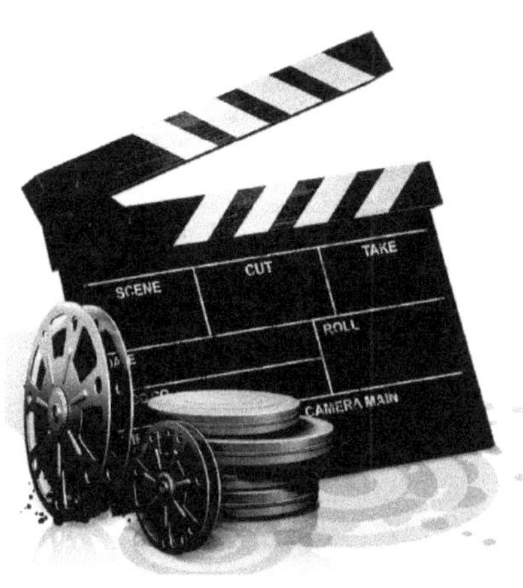

हजारो-लाखो गोष्टींचा अभ्यास करत निर्माता-दिग्दर्शकांनी सिनेमा बनवायचा ठरवला, बनवला तरी बनता बनता ती रेसिपी कशी बनेल, काही सांगता येत नाही आणि प्रेक्षकांना ती आवडेल की नाही, हे ही सांगता येत नाही. एक प्रेक्षक म्हणून प्रत्येकाच्या सगळ्या अपेक्षा पूर्ण होतीलच असं नाही. पण खरंच मी जेव्हा एक प्रेक्षक बनून विचार करतो, कमीत कमी त्यावेळी मला काय वाटतं, हे पाहणंही इंटरेस्टींग असेल. कदाचित ते तुमच्याच मनातलं असेल.

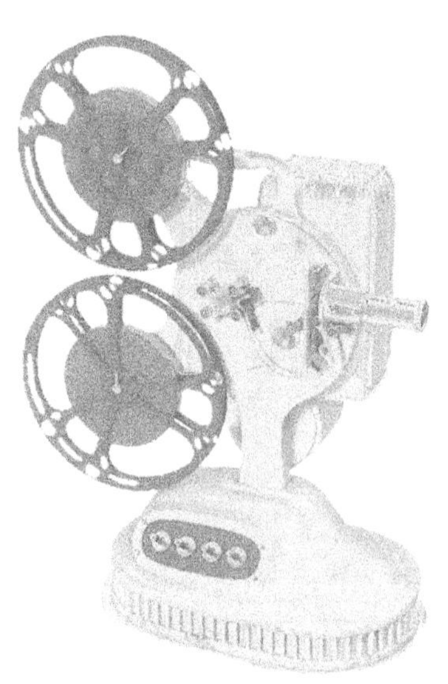

35

मी प्रेक्षक

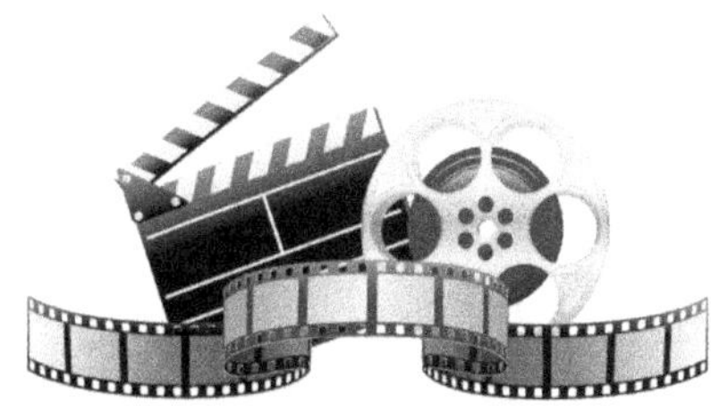

नमस्कार मंडळी..! चित्रपटाच्या या झगमगत्या, चंदेरी दुनियेबद्दल मी फार बोलणं म्हणजे आगाऊपणा ठरेल. जास्तीत जास्त काय तर तुझा आवडता चित्रपट कोणता किंवा आवडता हिरो अथवा हिरॉईन कोणती, असल्या प्रश्नांच्या उत्तरापर्यंत आमची मजल. तसं आम्ही चित्रपटाबद्दल बोलतो खूप, तासन् तास, अगदी रात्रीसुद्धा जागवतो. पण हे सगळं खासगीत. त्यामुळेच कि काय, आम्हाला काय आवडतं, आवडत नाही, हे कुणाला कळतच नाही. असो. एक मात्र नक्की, तुम्ही खूप चित्रपट बनवा, अगदी खूप, कारण आम्हाला चित्रपट खूप आवडतात.

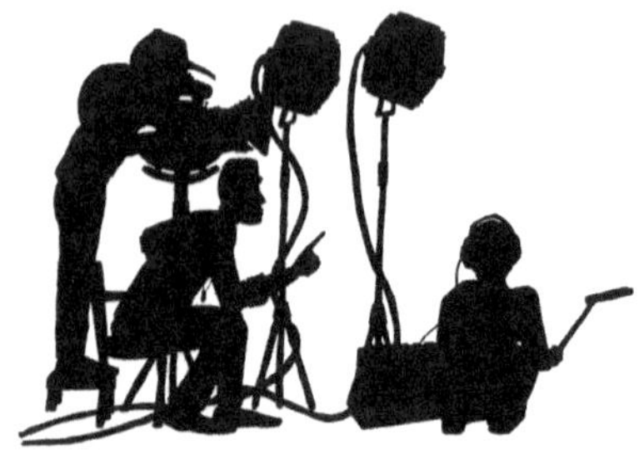

आम्हाला आवडणाऱ्या चित्रपटांची संख्याही खूप आहे. अगदी अमुक एकच नाव घेणं, नाही शक्य..! बऱ्याचवेळा आम्हीही ठरवून वगैरे अमुक एखाद्या हिरोचा अथवा दिग्दर्शकाचा सिनेमा बघतोच असं नाही आणि नाही बघत असंही काही नाही. त्याचं काही असं गणित नसतं.

खूप चांगल्या हिरो आणि डिरेक्टरचे चांगले-चांगले सिनेमे, अनेक कारणांमुळे आम्ही पाहिलेले नाहीत आणि कारण नसतानाही काही टुकार सिनेमे उगाचच बघितलेत. तुमच्या व्यावसायिक गणितावर परिणाम करणारं आमचं हे वागणं, चुकीचंही असेल. पण तुम्ही ते ध्यानात घेतलं पाहिजे. आम्हाला गृहीत धरून चालत नाही.

तुम्ही आशयप्रधान, चांगल्या कथानकावरती आधारित, चकाचक सिनेमे बनवले तर आम्हाला नक्की आवडतील. पण सामाजिक विषय आहे म्हणून कलात्मक सिनेमे काढून आम्हाला बोअर करणं किंवा व्यावसायिक गणितांसाठी आमचा रसभंग करणं, यापेक्षा तुम्ही दोन्हींचा काहीतरी मेळ घाला. म्हणजे काय तर चित्रपटाला कलात्मकतेची आस असावी, सामाजिकतेचं भान असावं आणि व्यावसायिकतेची जोड असावी, म्हणजे झालं. मी अधिक काय सांगणार.

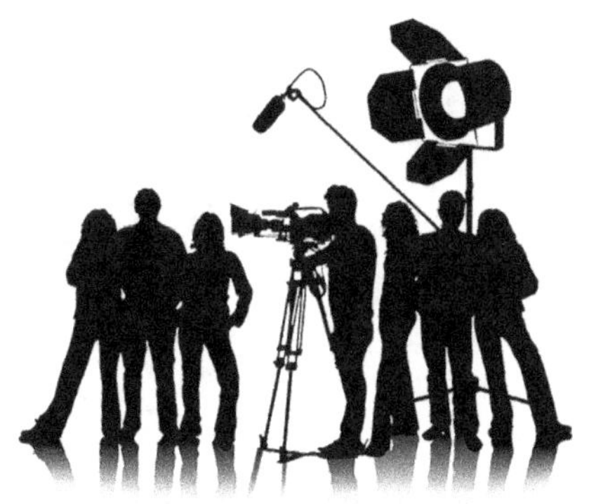

आणखी एक गोष्ट आहे बरं का? काळ बदलेल तशी माझीही आवड बदलत चाललीय. हल्ली मला हॉलिवूडचे सिनेमेही आवडायला लागलेत. म्हणजे एकाएकी मी फक्त तेच सिनेमे बघतोय आणि भारतीय सिनेमे बघणं बंद केलंय, असंही नाही. तिकडचं उच्च तंत्रज्ञान आणि भन्नाट इमॅजिनेशन बघून मी थक्क होतोय. पण आपल्या सारखं प्रेम, करुणा, वात्सल्य, गाणी तिकडच्या सिनेमात नसतात. त्यामुळे कधी कधी बोअर होतं. या दोन्हींचा विचार करून सुवर्णमध्य साधला तर माझ्या मनातला सिनेमा तयार होईल.

.

आणि हो, फास्ट लाईफचा जमाना आहे. दोन-दोन, तीन-तीन तास चित्रपटगृहात बसणं, नाही शक्य आता. थोडं तुम्ही ही फास्ट झाला तर..?

.

अजूनही आम्ही चित्रपट करमणूक म्हणूनच बघतोय. सामाजिकतेचं भान आम्हालाही नाही. त्यातून बोध घेताना आम्हीही दिसत नाही. तुम्हीच थोडे प्रयत्न केले तर आम्हीही एक पाऊल नक्की पुढं येऊ..!!

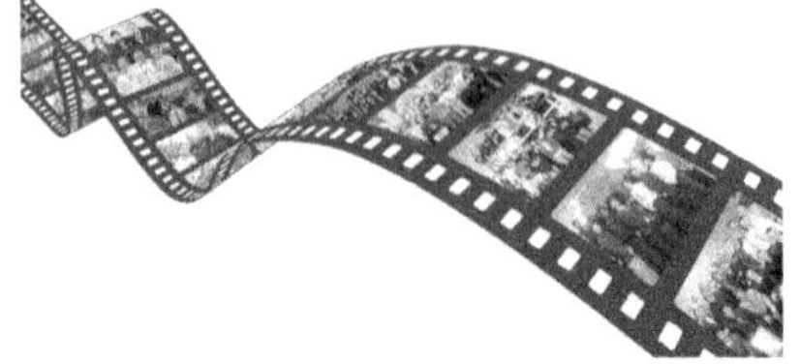

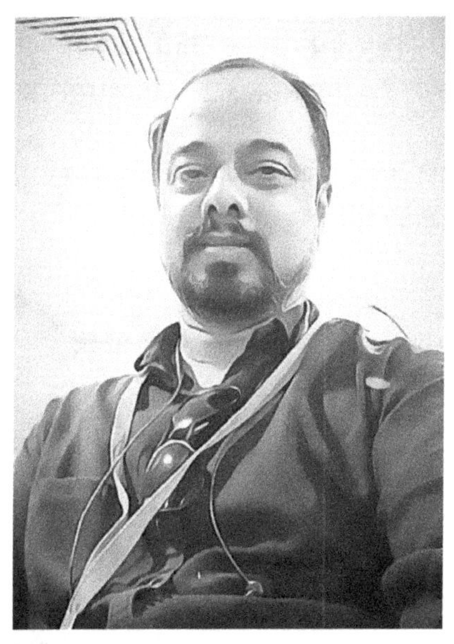

उमेश देवकर_(फिल्म मेकर)

उमेश देवकर हे चित्रपट निर्माता आणि दिग्दर्शक असून 'कॉल्हिवूड.. कोल्हापूरचं हॉलिवूड' या मूव्हमेंटचे प्रणेते आहेत. फिल्म मेकिंग बरोबरच मराठी सिनेमा जागतिक दर्जाचा बनविण्यासाठी आणि कोल्हापूरला चित्रपटसृष्टीत गतवैभव प्राप्त करून देण्यासाठी ते ही मूव्हमेंट चालवतात. महाराष्ट्रातील हिडन टॅलेंट जगासमोर आणण्यासाठी ते सतत प्रयत्नशील असून, ते 'कॉल्हिवूड फिल्मस्' या संस्थेचे फाउंडर आणि रिसर्च हेड आहेत. आणि या माध्यमातून चित्रपट निर्मितीत अभिनव प्रयोग करत आहेत.

फिल्म मेकिंग, डिरेक्शन या बरोबरच 'झिरो बजेट सिनेमा' इ. विषयात ते कार्पोरेट ट्रेनर म्हणून काम करतात. त्यांनी अनेक चित्रपट आणि पुस्तकाचं लेखन केलं असून त्यांचं 'बियॉन्ड सिनेमा, बिहाईन्ड सिनेमा' हे पुस्तक खूपच लोकप्रिय ठरलं. या शिवाय त्यांची 'द टीव्ही गर्ल' ही कादंबरी विशेष चर्चेत असून त्यांचे 'कालिंदीच्या डोहात' आणि 'यक्षांच्या सावल्या' हे काव्य संग्रह ही लोकांच्या पसंतीस उतरलेत.

त्यांचे आणि त्यांच्या संस्थेचे काही सिनेमे पूर्ण होऊन आता ते प्रदर्शनाच्या मार्गावर आहेत.

Contact:
themightyking21@gmail.com
kolhywoodfilms@gmail.com
7720984242 / 9021213239

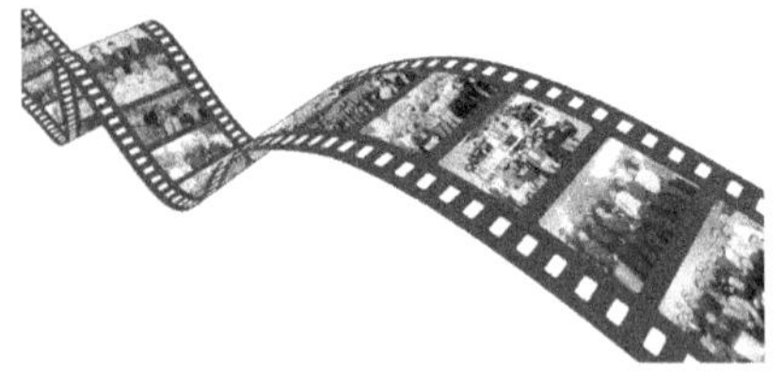

प्रकाशित साहित्य

.

.

बियॉन्ड सिनेमा बिहाईन्ड सिनेमा (2014)
द टीव्ही गर्ल (कादंबरी) (2021)
कालिंदीच्या डोहात (काव्यसंग्रह)(2022)
यक्षांच्या सावल्या (काव्यसंग्रह)(2022)
बियॉन्ड सिनेमा बिहाईन्ड सिनेमा (नवीन आवृत्ती 2022)

इश्क़ ए फिल्लम
सलाम ए फिल्लम